புனைவு

(முகநூல் பதிவுகள்)

சீனிவாசன் நடராஜன்

தேநீர் பதிப்பகம்

புனைவு : முகநூல் பதிவுகள்
ஆசிரியர் : சீனிவாசன் நடராஜன் ©
முதல் பதிப்பு: ஜனவரி 2020
வெளியீடு: தேநீர் பதிப்பகம்
24/1, மசூதி பின் தெரு, சந்தைக்கோடியூர்
ஜோலார்பேட்டை - 635851
தொடர்புக்கு: +91 9080909600

Punaivu (Facebook status)

by Srinivasn Natarajan ©
First Edition: Jan 2020
Pages: 144   Price: 120
ISBN : 9788194373063
Contact: +91 9080909600
e-mail: theneerpathippagam@gmail.com
Designed by : Gopu Rasuvel

பிழைத்திருத்தம் - கமலாலயன்

2000 ஆம் ஆண்டிலிருந்து நட்பில் இருக்கும்
இதுவரை நேரில் சந்தித்திராத
சங்கரன்கோவில் செந்திலுக்கு

சீனிவாசன் நடராஜன் (ஜனவரி, 1972)
ஓவியர், நாவலாசிரியர், புகைப்படக் கலைஞர்

கீழத்தஞ்சை நகரமான ராஜமன்னார்குடியில் பிறந்தவர். மதராஸ் கலைப் பள்ளியில் பயின்று இளங்கலை, முதுகலைப் பட்டங்கள் பெற்றார்.

*பொது மேலாண்மையியலில் முதுகலை, ஆய்வியல் நிறைஞர் பட்டங்களும் பெற்றிருக்கிறார். திருவாவடுதுறை ஆதீனத்தின் 'சித்தாந்த ரத்தினம்' பட்டமும் வழங்கப் பெற்றவர். இரண்டு தேசிய விருதுகளும், மாநில அரசின் கலைமாமணி **2009** விருதும் பெற்றவர். மெய்ப்பொருள் சிற்றிதழை நடத்தினார். அதே பெயரிலான பதிப்பகம் வாயிலாக நூல்களையும் வெளியிட்டிருக்கிறார். கணையாழி மாத இதழின் இணை ஆசிரியராகவும் இருந்தார். 'ஆத்மாநாம் அறக்கட்டளை'யின் நிறுவனர்.*

*நோட் புக் – கவிதைகள் (லாமா ஸ்கிரீன்ஸ், **1991**), 'நம்மோடுதான் பேசுகிறார்கள்' (கட்டுரைகள், வம்சி பதிப்பகம், **2013**), 'விடம்பனம்' (நாவல், காலச்சுவடு பதிப்பகம், **2017**), 'அச்சப்படத் தேவையில்லை' (கட்டுரைகள், டிஸ்கவரி புக்ஸ், **2017**) 'பிரபஞ்சத்தை வாசித்தல்' (என். சத்தியமூர்த்தி மொழிபெயர்த்த ரூமியின் 'தாகங்கொண்ட மீனொன்று' குறித்த கட்டுரைத் தொகுப்பு, மெய்ப்பொருள் பதிப்பகம், **2017**), 'சிறுகோட்டுப் பெரும்பழம்' (சுந்தர் காளி பரிமளம் சுந்தர் இணைந்து மொழிபெயர்த்த 'காஹா சத்தசஈ' குறித்த கட்டுரைத் தொகுப்பு, தேநீர் பதிப்பகம், **2019**), 'கனவு விடியும்' (கட்டுரைகள், தேநீர் பதிப்பகம், **2020**), 'தாளடி' (நாவல், தேநீர் பதிப்பகம், **2020**), 'கலை அல்லது காமம்' (கட்டுரைகள், அகநி வெளியீடு, **2020**), ஆகியவை ஆசிரியரின் பிற நூல்கள் ஆகும்.*

ஓவியராக இந்திய அளவிலும் சர்வதேச அளவிலும் கவனம் பெற்றவர்.

மின்னஞ்சல்: arunsriindia@gmail.com

தொழுவத்துக்கு வெளியே...

உண்மையா என்று தெரியாது. ஆனால், சொன்னவர் தமிழின் குறிப்பிடத்தக்க விமர்சகர்களில் ஒருவர். தொடர்ந்து வாசிப்பவர்.

அவர் சொன்னது இதுதான்:

போதுமான அனுபவங்கள் இல்லாததால்தான் இப்போது எழுதும் பல இளம் படைப்பாளர்களின் படைப்புகளில் உயிர் இருப்பதில்லை. காதல், குடும்பம், நட்பு, பணியிடம், பணி சார்ந்த சுமைகளுக்கு அப்பால் வேறு உணர்வுகளை அவர்கள் அனுபவிக்காதவர்களாக இருக்கிறார்கள். எனவே படைப்புகளும் வட்டத்துக்குள் சுற்றுகின்றன. என்ன... சிலருக்கு சின்ன வட்டம்... வேறு சிலருக்கு சற்றே பெரிய வட்டம். அவ்வளவுதான்...

இதில் உண்மை இருக்கிறதா என்பதை அவரவர் வாசிப்பில் இருந்து அவரவர் உணர்ந்து கொள்ளலாம்.

ஆனால், எழுத்தாளர்கள் என்றில்லை... இன்று வாழ்பவர்களில் கணிசமானவர்களுக்கு அனுபவங்கள் குறைவாகவே இருக்கின்றன என்பது மட்டும் உண்மை. ஏனெனில் அரசியல், கலாச்சார, பண்பாட்டுச் சூழல்கள் வட்டத்தை விட்டு மக்களை வெளியேறாதபடியே பார்த்துக் கொள்கின்றன. தப்பித்தவறி யாரேனும் வட்டத்தை விட்டு ஓரடி எடுத்து வைத்தாலும் சாட்டையால் சுழற்றி அடித்து மீண்டும் வட்டத்துக்குள் அவர்களைத் தள்ளுகின்றன.

ஒருவகையில் அல்ல, எல்லா வகையிலும் இன்றைய மனிதர்கள் அரசியல் / கலாச்சாரம் / பண்பாடு... என்ற தொழுவத்தில் கட்டப்பட்ட மாடுகள்தாம். தொழுவத்துக்குள் அவனோ அவளோ சுதந்திரமாக நடமாடலாம். சிரிக்கலாம். குதிக்கலாம். உறங்கலாம். அழலாம். மற்றபடி தொழுவத்தை விட்டு வெளியேறக் கூடாது என்பது மட்டுமே அவனுக்கு / அவளுக்கு விதிக்கப்பட்ட கட்டளை. மீறினால் சவுக்கடி.

விளைவு, எல்லாவற்றுக்கும் பயந்து குகைக்குள் பதுங்கும் ஆதிமனிதனின் இயல்பே இன்றைய மனிதனின் மன அமைப்பாகவும் ஆகியிருக்கிறது. இடையில் சேகரமான அனைத்து வாழ்க்கை அனுபவ மூலதனங்களும், செல்வங்களாக நிரம்பிய வாழ்க்கை சார் புரிதல்களும் கேட்பாரற்று தொழுவத்துக்கு வெளியே மழையிலும் வெய்யிலிலும் பனியிலும் புயலிலும் வெள்ளத்திலும் நனைந்தபடியும், காய்ந்தபடியும் இருக்கின்றன.

இந்த மூலதனங்களையும் செல்வங்களையும் தொழுவத்தில் நடமாடும் ஒரு மாடு, தன்னுடன் இருக்கும் பிற மாடுகளுக்கு சுட்டிக் காட்டி விவரித்து அதைக் கைப்பற்ற வேண்டும் என்பதை மறைமுகமாகச் சொன்னால் எப்படி இருக்கும்..?

சீனிவாசன் நடராஜன் எழுதியிருக்கும் 'புனைவு' நூல் அப்படியானதுதான்.

ஓவியராகவும், புகைப்படக் கலைஞராகவும், எழுத்தாளராகவும், கல்லூரிப் பேராசிரியராகவும், இசையை ரசிப்பவராகவும் இருக்கும் சீனிவாசன், தொடர்ந்து பலதரப்பு, பல தொழுவங்களில் வசிக்கும் மனிதர்களுடன் பழகி வருபவர். தனியாகவும் கூட்டாகவும் பயணங்களை விடாமல் மேற்கொள்பவர். புதுப்புது மேய்ச்சல் நிலங்களைக் கண்டறிபவர்.

இதன் வழியாக தன்னுள் இருக்கும் ஆதிமனிதனை குகைக்குள் பதுங்கி இளைப்பாற விடாமல் நடந்தே கண்டம்

விட்டு கண்டம் இடம்பெயரும் சாகசக்காரனாக உருமாற்றி வருபவர்.

ஓவியராகவும், புகைப்படக் கலைஞராகவும் இருப்பதால் முகங்களின் மீது சீனிவாசனுக்கு அபரிமிதமான காதல் இருக்கிறது.

இதனாலேயே பாம்பு தன் சட்டையை உரிப்பதுபோல் குறிப்பிட்ட இடைவெளிக்கு ஒருமுறை, தன் துறையை மாற்றிக் கொண்டு புதிய விஷயங்களைக் கற்கும் மாணவராக தன்னைத்தானே மாற்றிக் கொள்கிறார்.

அதனால்தான் 'புனைவு' எழுதவும் அவரால் முடிந்திருக்கிறது.

இதில் இருப்பவை அனைத்தும் முகநூலில் அவர் நிலைத்தகவல்களாக அவ்வப்போது எழுதியவைதான். எந்தக் குறிப்புக்குக் கீழும் அவை எழுதப்பட்ட காலம் இல்லை. மாறாக குறிப்புகளே காலமாக வாசிப்பவர்களின் அகத்துக்குள் விரிகின்றன.

ஆம். ஒவ்வொரு தலைப்பிலும் ஒவ்வொரு காலகட்டத்தின் முகத்தை அறிமுகப்படுத்துகிறார். ஒவ்வொரு முகத்துக்கு உள்ளும் இருக்கும் அக்காலகட்டத்தைச் சேர்ந்த பல முகங்களை அடையாளம் காட்டுகிறார். ஒரு கட்டத்தில் அனைத்து முகங்களும் காலாதீதமாக எறும்புகளைப் போல் நம் அகத்துக்குள் ஊர்ந்து செல்கின்றன. அந்த முகங்களின் அடையாளங்களே குறுகுறுப்பை ஏற்படுத்தி நம் தொழுவத்தில் இருக்கும் வாழ்வின் பரப்பை அகலப்படுத்துகின்றன.

இதைத்தான் 'புனைவு' சாதித்திருக்கிறது.

தொழுவத்தை விட்டு எந்த மாட்டையும் இந்நூல் வெளியேறச் சொல்லவில்லை. மாறாக தொழுவத்தின் எல்லையை அகலப்படுத்துகிறது.

இப்படிச் செய்வதன் வழியாக தொழுவத்துக்கு வெளியே கேட்பாரற்றுக் கிடக்கும் பொக்கிஷங்களை நாம் அடைய முடியும்... நமதாக்கிக் கொள்ள முடியும்... என நம்புகிறார்.

அவர் அறிமுகப்படுத்தி இருக்கும் முகங்களின் வரைபடம் வழியே பயணப்பட்டு ஏழு கடல், ஏழு மலை தாண்டி இருக்கும் அடர்வனத்தில் சிறைப்பட்டிருக்கும் இளவரசியை மீட்க முடியும் என்ற நம்பிக்கை ஏற்படுகிறது.

இந்நூலை வெளியிடும் 'தேநீர் பதிப்பகத்துக்கு' வாழ்த்துகள்.

முகங்களின் காதலரான சீனிவாசன் நடராஜனுக்கு அன்பு முத்தங்கள்.

தோழமையுடன்

கே.என்.சிவராமன்

என் நிழலுக்கு வெயில் என்று பெயர்

தமிழில் உரை நடை வடிவில் எழுந்த இலக்கிய வகைப்பாடுகளில் சில வடிவங்கள் தான் நம்மிடம் புழக்கத்தில் இருக்கின்றன. சிறுகதை, குறுநாவல், நாவல், கட்டுரை, நாடகம், நாட்குறிப்பு, வாழ்க்கைச் சரிதம், கடிதம், என்பதாக.. ஆயினும் தொழில்நுட்பம் உருவாக்கிய ஊடக விசாலம் அளவுக்கு நாம் புதிய வகைப்பாடுகளை உருவாக்க உற்சாகம் காட்டவில்லை. ஓர் எழுத்துக் கலைஞன் அதையும் படைக்கவேண்டும். அந்த வகையில் தமிழில் ஒருபுதிய வகைப்பாடாக பேஸ்புக் ரைட்டிங் என்கிற முக நூல்பதிவுகள். அந்தப் புதிய வகைப்பாட்டில் எழுத்தாளர் சீனிவாசன் நடராஜன் தமது முக நூல் பதிவுகளை புனைவு என்ற பெயரில் முதன்முறையாகக் கொண்டுவந்துள்ளார்.

உடனே ஒரு தர்க்கம் எழும்.. இல்லையே ஒருசில படைப்பு வந்துள்ளனவே என்று.. இலக்கியச் சூழலில் வாசிப்பில் அக்கறையோடு இயங்குபவன் என்ற முறையில் எனக்குத் தெரிந்தவரை... முகநூலில் எழுதிய பலவற்றில் மிக சரியாக கட்டுரைகளை மட்டும் தொகுத்து அதைக் கட்டுரைகள் என்று தான் பதிவு செய்திருக்கிறார்கள். ஆனால் இந்த நூல் அப்படி மல்லி சரம், கனகாம்பரம் சரம் போல் தனித்தனியாக கட்டியது இல்லை.. இது முகநூல் கதம்பம்.. அந்தந்த நாளின் சூழலுக்கு ஏற்ப எழுதியதை அப்படியே தொகுக்கப்பட்டுள்ளது.

அதாவது ஒரு கட்டுரையில் திமுகவில் உதயநிதி ஸ்டாலினின் வருகையை ஆதரித்து தன் தரப்பு கருத்தைப்

பதிவு செய்கிறார் சீனிவாசன் நடராஜன். உடனே இரண்டு பேர் கீழே அதை எதிர்த்து பதிவுபோடுகிறார்கள். அதற்கு இவர் மீண்டும்பதில் தருகிறார்... இதெல்லாம் முக நூலில் படித்து இருக்கிறேன்.. ஆனால் அது நூலாக வரும் போதும் அந்த எதிர்க்குரலும் அப்படியே எடிட் செய்யப்படாமல் இங்கு இடம்பெற்றுள்ளது இது எழுத்தாளனின் ஜனநாயக பண்பைக் காட்டுகிறது. அப்படியே என் கையில் என் செல்போனில் முகநூல் வாசிப்பதைப் போலவே இந்த நூலை நான் உணர்கிறேன்...

அதுமட்டுமன்றி, பயணக்குறிப்புகள். ஓவியக் குறிப்புகள், சிபாரிசு செய்யும் நூல்கள், சமையல்பற்றி, பழையதை நினைவு கூர்தல், சில பாராட்டுகள், சில சினிமா செய்திகள், கூடவே அரசியல் கட்டுரைகள் என இது எல்லாம் கலந்த அசல் முகநூல்பதிவு என்ற வகைப்பாட்டில் வந்துவிடுகிறது. கிட்டத்தட்ட இது ஒருபின் நவீனத்துவ குறுநாவலை வாசிப்பது போல் இருக்கிறது. வாசிப்பு இன்பம் தரவல்லதாய் இருக்கிறது.

சரி அப்படி இந்நூலை சிலாகிக்க, ஆவணமாக்க என்ன அவசியம் இருக்கிறது. என்பது இயல்பான தன்னிச்சையான கேள்விதான். அதற்கான பதில் இது இலக்கிய அந்தஸ்தை அடைந்திருக்கிறது என்பது தான்.. எப்படி?

தமிழ் மொழி குறித்து, அதில் புனைபெயர் அடைமொழி குறித்து ஆதாரங்களுடன் சொல்லிச் செல்பவர் வீரமா முனிவர், தமிழ்த்தாத்தா, பாரதிதாசன், பெரியார், என பெயர்கள் எப்படித் தோன்றியது என சொல்லி கடைசியில் எங்கள் ஐயா என்று பெருமாள் முருகனின் புகழ் பாடி கட்டுரை முடிகிறது. ஊடுபயிராக அவர் விதைத்த தகவல் தான் தமிழ்திறம் பரப்பும் சேவை.

இன்னொரு இடத்தில் சுவாரஸ்யமாக மதுவின் வகைப்பாட்டை எதை எதனுடன் கலப்பார்கள் என்ற தகவலை போதை ஏறும்படிச் சொல்லிவிட்டு, நம் குற்ற

உணர்வைத் தவிர்க்க எந்தெந்த எழுத்தாளர்கள் எப்படி மது அருந்துவார்கள் என்ற சொல்லி கடைசியில் இலக்கியத்தில் ஒவ்வொருவரும் எப்படி மொழியைக் கையாள்கிறார்கள் எப்படி மொழியை (இயல்புடன் வட்டார மொழியை) கலக்கிறார்கள் என்று எழுதி கார்ல்மார்க்ஸ்ஸின் சிறுகதையில் மொழி எப்படி மதுவைப்போல் கலக்கப்பட்டு இருக்கிறது என்று முடிக்கும் போது ஏறிய போதை இறங்கி அடுத்த பக்கத்தை திருப்ப ஆரம்பித்து விடுகிறோம்... இந்தக் கட்டுரைக்கு தலைப்பு சரிவிகித கலவை.

1300 வருடங்களுக்கு முன் வாழ்ந்த ஞானசம்பந்தர் காலத்தில் அவருடன் வாழ்ந்த நீலகண்ட யாழ்ப்பாணரின் மனைவி மதங்க சூளாமணியின் உறவினரை எருக்கத்தம்புலியூரில் சந்தித்தது பற்றி எழுதியுள்ளார்.. இதெல்லாம் தமிழின் அவசியமான ஆவணம்.

சரி இவையெல்லாம் ஆதார பூர்வமான தகவல்களாயிற்றே இவை எப்படி புனைவு ஆகும்? இது புனைவல்ல.. முகநூலில் எழுதும்மனோபாவம் தான் புனைவு. அதாவது பிரமாண்டமான ஒரு விஷயத்தை ஒருவன் நாலு வரியில் பொய்யாக அது வதந்தி என்று சொல்லி அந்தச் செய்தியை காலி செய்துவிடமுடியும். இயல்பான ஒரு மானுட செயலை தகவலை ஆகச் சிறந்த காரியமாக உயர்த்தி புகழ்ந்து விடமுடியும். இவையெல்லாம் மனப்புனைவின் அல்லது கட்டுடைக்கும் பாவனை அல்லது புனைவு மனோபாவம் எனலாம் அதனாலேயே முகநூல் பதிவுகள் நம்பகத்தன்மை குறைந்தன.. ஆம் எனில் எப்படி இந்த முகநூல் ஊடகச் செய்திக்கு நம்பகத்தன்மையைக் கூட்டுவது? அதை எழுதுபவனின் தனிமனிதச் செயல்பாடே அந்தச் செய்தி கொடி ஏற பந்தலாக அமையும். இவையெல்லாம் சொல்லும் விதமாக இந்நூலுக்கு சீனிவாசன் நடராஜன் புனைவு என்று பெயரிட்டுள்ளதாக நினைக்கிறேன் அல்லது இதுவே என் புனைவாகவும் இருக்கும்.

தோற்ற மயக்கம் மிக முக்கியமான அரசியல் கட்டுரை தமிழக அரசியல் கட்சிகளின் தோற்றம் வளர்ச்சி பற்றி பேசி திராவிட இயக்கம்.. மயக்கமா என கேள்வி கேட்டு பதிலை நம்மைத் தேடவைக்கிறார். சீனிவாசன் நடராஜன் ஒரு திராவிட இயக்க ஆதரவாளன். விளிம்பு நிலை மக்களை தன்மானத்தோடு மேலே கொண்டு வந்து கல்வி பொருளாதரத்திலுயர்வு செய்து சமத்துவம் வளர்க்க திராவிட இயக்கம் செய்த மானுடபணியை கவனத்தில் கொண்டால் திராவிட இயக்க ஆதரவு என்பது பெருமிதமே..

முருகன், கரிகாலன், ஜி.குப்புசாமி, அரவிந்தன், ஜீவகரிகாலனுடன் எனக்கும் எழுதப்பட்ட பிறந்த நாள் வாழ்த்துக்கட்டுரையும் என்னளவில் எனக்கு விருது, அஜந்தாவின் வண்ணங்களுக்கும் கல்கியின் எழுத்துகளுக்கும் உள்ள வித்தியாசம் — என் வாழ்விற்கும் என் சிந்தனைக்கும் அதுவே அடையாளம் என்ற சீனிவாசன் நடராஜனின் தன்னிலை விளக்கத்துக்கு சபாஷ் சொல்லலாம்.

முதல்முறையாக, 'பவுடர் போட்டிருந்தா, படம் எடுக்கமாட்டேன்னு சொல்ற தைரியத்த கெம்பு ஸ்டூடியோவில இருந்த தாத்தாதான் சொல்லிக் குடுத்தாரு'. என்று தனது போதிமரங்களை இனம் காட்டுவதைக் கொண்டாடினேன்.

தமிழின் இலக்கிய வகைப்பாடுகளுள் புதிய ஒன்றான முகநூல் பதிவு என்ற வகைப்பாட்டில் இந்நூல் முதல்நூல் என்ற இடத்தில் தன்னை நிலைநிறுத்திக்கொள்கிறது. எல்லாச் செய்திகளும் ஆதாரங்களுடன் ஆவணமாக்கப்பட்டுள்ளன. முக நூல் தகவல்கள் நம்பகத்தன்மை குறைந்தவை என்பது பொதுக்கருத்து. சீனிவாசன் நடராஜனின் பிரதிபலன் பாராத தொடர் இலக்கியப்பணி மற்றும் தனிமனித செயல்பாடுதான் அச்செய்திகளுக்கான நம்பகத் தன்மையை ஊர்ஜிதப் படுத்துகிறது. இனி இத்தன்மையே முகநூலெழுத்துக்கான தகுதியாக மாறும். இந்த புனைவு என்ற நூல் தமிழின் புதிய புனைவடிவாகும். ஒரு சிறந்த ஜனநாயகப் பிரதியாக

ஒருபோஸ்ட் மாடர்னிச நாவல் ருசிகாட்டும் நூல் இது எனலாம்

இந்த அபிப்ராய உரை என் அனுபவம் என் ருசி. என் வாசிப்பு. சார்ந்தது. இதை ஏற்கவேண்டும் என்பது இல்லை தானே.. சீனிவாசன் நடராஜன் எழுத்திலேயே சொல்வதானால்...

எனக்கென ஒரு நிழல் இருக்கும் அதற்கு நீங்கள் வெயில் என்று பெயரிட்டால் நான் பொறுப்பில்லை...

— கவிஞர் அமிர்தம் சூர்யா

என்னுரை

கரடி
ரயில்
டில்லி,
சிவாஜி
வாயிலே
ஜிலேபி,

இப்படி சொற்களை இடம் வலமாக மேலும் கீழுமாக எப்படி வாசித்தாலும் ஒன்றுபோல் வருவதை ஐந்தாம் வகுப்பு படிக்கும்போது தெரிந்து ஆச்சரியப்பட்டேன்.

சதுரமான கண்ணாடியில் எம்.ஜி.ஆர், பானுமதி, சரோஜாதேவி, ஜெயலலிதா என படங்களை ஒட்டி திருவிழாவில் விற்பார்கள். மடித்து மடித்து எம்ஜிஆருக்கு ஜோடிகளை மாற்றி விளையாடுவோம்.

தாஜ்மஹாலுக்கு பயணம் போன யாரோ ஓர் அண்ணன், உருண்டையாக கண்ணில் வைத்து பார்க்கும் பொம்மை ஒன்று வாங்கித் தந்தார். உள்ளே தெரிந்தனவெல்லாம் நிர்வாண படங்கள்.

இப்படி கொஞ்சம் கொஞ்சமாக விளையாட்டாக வடிவங்களுக்கும் வார்த்தை விளையாட்டுகளுக்கும் என்னுடைய குழந்தைப் பருவத்தைக் கொடுத்திருக்கிறேன். வாசிக்கவும் வரையவும் ஆரம்பித்திருந்தேன்.

ஓவிய ஆசிரியர்கள் கண்ணன், சுந்தர்ராஜன், வைத்தியநாதன் (அமெரிக்காவில் வசிக்கும் திரைப்பட

இயக்குனர் அருண் வைத்தியநாதனின் அப்பா) ஆகியோர் பள்ளிக்கூடத்தில் ஊக்கம் தந்தனர்.

வீட்டில் டெஸ்லா கம்பெனியின் கருப்பு வெள்ளை தொலைக்காட்சிப் பெட்டி இருந்தது. ரூபவாஹினியும் மெட்ராஸ் ஸ்டேஷனும் எடுக்கும்.

ஞாயிற்றுக்கிழமைகளில் 11 மணிக்கு வேற்று மொழிப் படங்கள் திரையிடுவார்கள். தொடர்ந்து பார்த்து வந்தேன்.

இப்படித்தான் கொஞ்சம் கொஞ்சமாக எழுதவும் வரையவும் புகைப்படம் எடுக்கவும் கற்றுக் கொண்டிருக்கிறேன்.

கடைகாடு மா.சூரியமூர்த்தி எனக்கு நவீனத்தை அறிமுகப்படுத்தினார்.

ஒவ்வொரு வருடமும் எங்கள் தெருவில் இருக்கும் ஸ்டார் தியேட்டரில் டிசம்பர் 31 இரவு 12 மணிக்கு கமலஹாசனின் ஹாப்பி நியூ இயர் பாடல் ஒளிபரப்புவார்கள். பின்னர் மெட்ராசுக்கு வந்து மெரினாவில் நியூ இயர் கொண்டாடி இருக்கிறேன். பல்வேறு சந்தர்ப்பங்களில்—ஒருமுறை மவுண்ட் அபுவில், மற்றொரு முறை ராஜஸ்தான் பாலைவனத்தில், இன்னொரு முறை ஆப்பிரிக்காவின் மசாய் மாரா காட்டில்—என புத்தாண்டுக் கொண்டாட்டம் இன்றுவரை தொடர்ந்து கொண்டுதான் இருக்கிறது.

இரண்டு மூன்று வருடங்கள் ரகசியமாக தோழிகளோடு கொண்டாடிய நினைவும் வருகிறது. புத்தாண்டுக் கொண்டாட்டம் ஒரு நாள் இரவோடு எனக்கு முடிந்துபோனது இல்லை. ஆண்டு முழுவதுமே கொண்டாட்டமாக வைத்திருப்பதை துவக்கும் விதமாகவே கொண்டாடி வந்திருப்பேன் என இப்பொழுது நினைக்கத் தோன்றுகிறது. இந்த வருடம் ஏலகிரியில் ஜோலார்பேட்டையில் தம்பி கோகிலன் ஏற்பாடு செய்திருக்கும் தேனீர் பதிப்பக துவக்க விழாவில் நண்பர்களோடு கொண்டாட இருக்கிறேன்.

புத்தாண்டைப் பலவிதமாகக் கொண்டாடிப் பார்த்திருந்தாலும், இந்த ஆண்டு இறுதியில் 2020 பிறக்கும் தருவாயில்

கொண்டாட இருப்பது மிகுந்த மகிழ்ச்சியைத் தருகிறது. என்னுடைய மூன்று புத்தகங்களின் வெளியீட்டை கொண்டாட இருக்கிறோம்.

ஒரு கூட்டத்தில், முகநூல் பதிவுகளைப் புத்தகமாக்கும் போது கட்டுரைகள் என பொதுவாகக் குறிப்பிடாமல் தனியாக ஒரு வகைப்பாட்டை உருவாக்க வேண்டும் என பேசினேன். பதிவுகள் என வகைப்படுத்தலாம் என்று கோகிலன் சொன்னார். அப்படித்தான் என்னுடைய முகநூல் பதிவுகளை தனிப் புத்தகமாக தேநீர் பதிப்பகம் கொண்டு வருகிறது. உயிரெழுத்து, கணையாழி என இதழ்களில் வெளிவந்த பதினோரு கட்டுரைகளை தனித்த தொகுப்பாக கோகிலன் கொண்டுவருகிறார்.

விடம்பனம் நாவல் வெளிவந்து மூன்றாண்டுகளில் நாவல் குறித்து 30 கட்டுரைகள் வந்திருக்கின்றன. கோகிலன் சேகரித்து வைத்திருக்கிறார். அதோடு மட்டுமல்லாமல் அவற்றைத் தொகுத்து தனி நூலாகவும் கொண்டு வருகிறார்.

பழ.அதியமான், பேராசிரியர் கல்யாணராமன், என் அன்புக்கும் மதிப்புக்கும் உரிய, குங்குமம் இதழின் ஆசிரியர் கே. என். சிவராமன், அன்புமிக்க கல்கி பொறுப்பாசிரியர் அமிர்தம் சூர்யா நால்வரும் எனக்கு மதிப்புரைகள் எழுதித் தந்திருக்கிறார்கள். வாழ்க்கை கொண்டாட்டங்களோடு முடிந்து போவதில்லை.

ஒவ்வொரு நாளும் ஏதோ ஒரு வகையில் மொழிக்கு, நாட்டுக்கு என்னுடைய பங்களிப்பைச் செய்து வந்திருப்பதையே இந்தப் புத்தகங்கள் காட்டுகின்றன. விளையாட்டாய் துவங்கிய கதை கேட்கும் பழக்கம் பின்னாட்களில் கதை எழுதவும், படம் வரையவும், படம் எடுக்கவும் என்று வாழ்க்கை இத்தனை கொண்டாட்டமாக இருக்கும் என நினைத்ததில்லை.

என்னுடைய கட்டுரைத் தொகுப்பை, அன்றிலிருந்து இன்றுவரை இருபது ஆண்டுகளாக என்னை சகித்துக்கொண்டு

என்னோடு பயணிக்கும், கடலூரில் இளங்கலைப் படிப்பை முடித்து மெட்ராஸ் ஓவியக் கல்லூரியில் இளங்கலைப் பட்டமும், முதுகலைப் பட்டமும் முடித்து நல்ல வடிவமைப்பாளராக இருக்கும் அன்பின் கோபுவுக்கு — கோபு ராசவேலுக்கு சமர்ப்பிக்கிறேன்.

மூன்று புத்தகங்களும் மிக அழகாக வடிவமைக்கப் பட்டிருக்கின்றன. தஞ்சாவூருக்குப் போயிருந்தபோது புதுவை இளவேனில் எடுத்த புகைப்படங்கள் பின்னட்டையில் பயன்படுத்தப்பட்டிருக்கின்றன.

சமீபத்தில் ஞானபீடம் விருது பற்றி என்னிடம் நியூஸ்7 தொலைக்காட்சிப் பேட்டி எடுத்தார்கள் இன்டிபென்டன்ட் பப்ளிஷர்ஸ் அதிகமாக தமிழுக்கு வர வேண்டும் என்று சொன்னேன், அரசு அப்படியான சுயாதீன பதிப்பகத்தாரை ஆதரிக்க வேண்டும் மானியம் கொடுக்க வேண்டும் என்றும் சொல்லியிருந்தேன்.

பென் டூ பப்ளிஷ், கிண்டில் எடிஷன்ஸ் எல்லாம் வந்துவிட்ட பிறகும் கூட அச்சிடப்பட்ட புத்தகங்களின் மேல் காதல் குறையவில்லை தான். இணையம் மிகப்பெரிய தாக்கத்தை ஏற்படுத்தி வந்தாலும் அச்சு உலகம் முழுவதும் வலிமையான, வளமான சமூகத்தைப் பிரதிபலிப்பதாகவே பார்க்கப்படுகிறது.

அந்த வகையில் நண்பர் கோகிலனின் தேநீர் போல தமிழ்நாட்டின் பல ஊர்களிலும் சுயாதீன பதிப்பகங்கள் துவங்கப்பட வேண்டும்.

தேநீர் பதிப்பகம் ஆறு புத்தகங்களை இந்த ஆண்டு கொண்டு வருகிறது. தொடர்ந்து பல நல்ல புத்தகங்களைப் பதிப்பிக்க என் வாழ்த்துகள்.

— சீனிவாசன் நடராஜன்

உள்ளடக்கம்

எங்கள் ஐயா	21
பாஸ்	25
நம்பிக்கையோடு உச்சரிக்கும் பெயர்	27
ஜிகே	29
நிலாவை வரைபவன்	33
திரும்பவும் ஒருமுறை	35
மக்கள் கையில்	38
வேறு உருவம்	44
ஊக்கம்	46
காலம் கவிதை கலைஞன்	47
வெளிச்சங்களுக்கு அப்பால்	52
நினைவின் அடுக்கு	55
மஞ்சக் காவி	57
படாதபாடு	62
கலை செயல்பாடுகளின் நாற்றங்கால்	64
சின்ன குஞ்சும் விநாயகர் சதுர்த்தியும்	68
வாசிப்பு	72
ராஜேந்திர பட்டினம்	77
நம்பிக்கை	80
மெட்ராஸ் தாதா	81
சரிவிகித கலவை	84
வலிமை அவரின் எழுத்து	89
விதை நெல்லுக்கு வெந்நீர் ஊற்றாதீர்கள்	91
தோற்ற மயக்கம்	95
எங்கே தவறவிட்டோம்?	103
தி.ஜா.வின் உலகம்	106
நடிகர் சங்கத் தேர்தல்	109
சமூகக் கேடு	112
மக்கள் ஊழியர்கள்	113
Chicken of Tomorrow	114
சிதம்பரம் கொஸ்த்து	120
மொய் விருந்து	121
ஜல சமாதி	123
கபீர்	124
மாற்றம்	125
பிரதான்மந்திரியும் தாய்மொழியும்	128
வாழ்ந்துகொண்டிருக்கிறார்	134
நான் கண்டடைந்த மனிதன்	138
செயலிகளின் காலம்	143

எங்கள் ஐயா

புனைவு

ரகசியம்

எதார்த்தம்

என்று வாழ்வில் எதுவும் இல்லை. எல்லாம் ஒன்றுபோல் கலந்து காலத்தின் குரலாக ஒலிக்கும்போது உண்மை ஆதாரம் புனிதம் சட்டம் என்று எதுவும் கேள்விக்கு உட்படுத்த முடியாமல் போய்விடுகிறது. இனம் மதம் மொழி நாடு பாலினம் கடந்த வாழ்வின் எதார்த்தத்தைப் பதிவு செய்யும் எழுத்தைக் கொண்டிருக்கும் மொழிகளில் தமிழும் ஒன்று.

'எங்கள் ஐயா'

தமிழில் பல அடைமொழிகளும் துணைப் பெயர்களும், புனை பெயர்களும் மேற்கத்தியத் தாக்கம் இல்லாது வைத்துக்கொண்டதாக அல்லது அழைக்கப் பட்டதாகத் திராவிட அரசியல் முன்னெடுப்பு காலங்களில் இல்லை. காலம் சென்ற வெங்கட்சாமிநாதனின் கூற்றுப்படி பேரறிஞர் அண்ணாவைத் தளபதி என்றுதான் அழைத்திருக்கிறார்கள் ஒரு காலத்தில்.

பின் நாட்களில் இப்படியாகத் தமிழறிஞர்களும் சமகால எழுத்தாளர்களும் தங்களுடைய முன்மாதிரிகளைப் பின்பற்றி அழைக்கப்பட்டதும் வைத்துக்கொண்டதும் உண்டுதான்.

ஜவஹர்லால் நேருவின் கொள்கையால் இந்திய ரஷ்ய நட்புறவின் தாக்கத்தில் தமிழில் கிடைக்கப்பெற்ற அயல்மொழி இலக்கியங்கள் வழியாகப் பலர் இங்கு மாற்றுப் பெயர்களைக் கண்டடைந்து வைத்துக் கொண்டதும், அழைக்கப்பட்டதும் நாம் அறிந்ததே.

இன்றைக்குக் கிடைக்கப்பெறும் ஐரோப்பிய, கீழைத்தேய, லத்தீன் அமெரிக்க நாடுகளின் இலக்கிய மரபில் சிலர் தங்களை அவ்வெழுத்தாளர்களாகவே கற்பனை செய்துகொள்வதும், புனை பெயர்களாக அப்பெயர்களைப் பயன்படுத்தி வருவதும் சகஜமாகிவிட்ட முகநூல் காலத்தில் நாம் இருக்கிறோம்.

தொன்மையான தமிழின் பாரம்பரியத்தில் தமிழ் மொழியின் மீதுள்ள பற்றால் காண்ஸ்டாண்டி ஜோசப் பெஸ்கி 'வீரமாமுனி'வராகத் தன் பெயரை மாற்றிக்கொண்டார். இவற்றுக்கெல்லாம் முந்தைய காலத்தில் ராஜராஜ பெருந்தச்சன் என்று அரசர்களின் பெயர்களை முன்னொட்டாக வைத்து வாழ்ந்ததற்கான ஆதாரங்கள் கூட நம்மிடமுண்டு. பெரியார் குழந்தைகளுக்குப் பெயர் சூட்டும்போது மாஸ்கோ என்றும் ரஷ்யா என்றும் பெயர் வைத்திருக்கிறார்.

தமிழில் வெங்கட்ராமனாக இருந்து தன்னுடைய ஆசிரியர் மகாவித்வான் மீனாட்சி சுந்தரம் பிள்ளையால் (சைவர் என்பதால்) சாமிநாதனாகப் பெயர் மாற்றப்பட்டு பின்னர் கல்கியால் தமிழ்த்தாத்தா என்று அன்போடு அழைக்கப்பட்டு அதுவே நிலைத்துப்போன வரலாறும் உண்டுதான்.

கனகசுப்புரத்தினமாக இருந்து பாரதியார் மீது கொண்ட பற்றின் காரணமாக பாரதிதாசன் எனப் பெயரை மாற்றிக்கொண்ட வரலாறும் நாம் அறிந்ததே. சூரிய நாராயண சாஸ்திரி பரிதிமாற் கலைஞர் என்று

தனித்தமிழ் இயக்கத்திற்காகத் தன் பெயரை மாற்றிக்கொண்டார்.

சங்க காலத்தில் ஊர்ப் பெயர்களையும் தொழிற் பெயர்களையும் முன்னொட்டாக வைத்துக்கொண்டார்கள். பின் நாட்களில் அந்தகக்கவி வீரராகவ முதலியார், சிலேடைக்கவி காளமேகம் என்றெல்லாம் அழைக்கப் பட்டவர்களும் உண்டு.

ஏறக்குறைய 6 கோடி மக்கள்தொகை உள்ள ஒரு நிலப்பரப்பில் மாணாக்கர்களால் அன்பொழுக 'எங்கள் ஐயா' என்று நாம் வாழும் காலத்தில் அழைக்கப்படும் எழுத்தாளர், கவிஞர் பெருமாள் முருகனைக் கண்டு வியக்கிறேன். கையெழுத்துப் பிரதிகளில் எழுதத் துவங்கினார். கையெழுத்துப் பிரதிகளில் எழுதத் துவங்கி 88-ஆம் ஆண்டு கணையாழியில் தன் முதல் சிறுகதையை எழுதுகிறார். பின்னர் 89-ல் மன ஓசை ஆசிரியர் குழுவில் இணைந்து பணியாற்றுகிறார். பல்வேறு தமிழ் ஆய்விதழ்கள், சிற்றிதழ்கள், நடுநிலை இதழ்கள், வணிக இதழ்கள் என்று தொடர்ந்து இன்றுவரை தன் பயணத்தைத் தமிழில் மேற்கொண்டு வருகிறார்.

சமகால இலக்கியப் பரப்பில் தமிழுக்கான பெருமாள் முருகனின் பங்களிப்பு அளப்பரியது. கெட்ட வார்த்தை பேசுவோம், பீக்கதைகள், கொங்கு தமிழ் சொல் அகராதி, பதிப்புகள் மறுபதிப்புகள், ஒன்பதுக்கும் மேற்பட்ட நாவல்கள், நூற்றுக்கும் மேற்பட்ட சிறுகதைகள், கவிதைகள் என அவருடைய பயணம் தமிழ் இலக்கிய வெளியைக் குறுக்கும் நெடுக்குமாகக் கூர்மையாக ஆழமாக வெட்டிச் செல்கிறது. வாழ்வில் ஆய்வாளர், பேராசிரியர் எனப் பல பரிமாணங்களைக் கொண்டு தமிழ்த் தொண்டாற்றுகிறார்.

தற்காலத் தமிழ் இலக்கியத்தின் முகமாக உலக நாடுகளில் போற்றப்படும் பெருமாள் முருகனின் எளிமை நாம் கற்றுக்கொள்ள வேண்டியது. அவருடைய எழுத்தும் அவ்வாறே. குழந்தைகளும் புரிந்துகொள்ளும் விதத்தில் பல்வேறு ஆய்வுகளுக்குச் செறிவூட்டும் கருத்துகளை எழுதிக்கொண்டிருப்பது நம் காலத்தின் பெருமை.

எழுத்தாளர் பெருமாள் முருகனின் தமிழுணர்வும் தமிழ்வழி வாழ்தலும் அரிய பெரிய பொக்கிஷமாக நம்மிடம் இருக்கிறது. மாணாக்கர்கள் (மாணவ சமுதாயம் 1 கோடியே 27 லட்சம் இளைஞர்கள் வாழும் இக்காலத்தில்) சமுதாயம் நாம் வாழும் காலத்தில் எங்கள் ஐயாவைக் கொண்டாடுவதும், எங்கள் ஐயா சமூகத்தைக் கொண்டாடுவதும் என்று அடுத்த சமூகக் கட்டமைப்புகளின் அடித்தளத்தைக் கட்டமைக்கும் வாழ்வைக் கொண்டிருக்கிறார்.

எங்கள் ஐயாவை இப்பிறந்தநாளில் வாழ்த்தி மகிழ்கிறேன்.

வாழ்த்துகள் முருகன்.

(2017இல் எழுதிய பிறந்தநாள் வாழ்த்து)

பாஸ்

பாலசுப்பிரமணியம் குப்புசாமி (Balasubramanian Kuppuswamy) இந்தப் பெயர் எனக்கு அறிமுகம் ஆகும் பொழுது என்னுடைய வயது பதினைந்து பதினெட்டு இருக்கலாம்.

அவர் தஞ்சாவூரில் அரசு மருத்துவக் கல்லூரியில் வேலை பார்த்து வந்தார்.

சோழா ஆர்ட் சொசைட்டி என்ற பெயரில் கலைச் செயல்பாடுகளை முன்னெடுத்தார். குறிப்பாக அன்றைய மியூசியம் டைரக்டர் மதிப்புமிக்க ஹரிநாராயணன், முனைவர் ராஜேந்திரன் இ.ஆ.ப., ஹிந்து கணபதி, குடவாயில் பாலசுப்பிரமணியம், தஞ்சை பிரகாஷ், காதம்பரி வெங்கட்ராமன், சரஸ்வதி மஹால் பெருமாள் என்று தஞ்சாவூரில் பணி நிமித்தமாக வாழ்ந்து வந்த பலரோடும் சேர்ந்து கலை குறித்த விவாதத்தை, தொல்லியல் விழிப்புணர்வைத் தஞ்சை மக்களிடம் ஏற்படுத்தியவர். நவீன கலை இயக்கத் தாக்கத்தை மக்களிடம் கொண்டு சென்றவர்.

நவீனம் சமகாலம் என்றெல்லாம் பேசி அன்று எனக்குப் புரியாத பல இலக்கிய, கலை செயல்பாட்டுக் கோட்பாடுகளைப் புரிய வைக்க முயன்றவர்.

இன்று அவருக்குப் பிறந்தநாள். கடல் கடந்ததேசத்தில் பிறந்தநாளைக் கொண்டாடுகிறார்.

2014-இல் அவருக்கு நான் எழுதிய பிறந்தநாள் வாழ்த்து. மிகவும் ஆச்சரியப்படக்கூடிய அதிசயிக்கத்தக்க எட்ட முடியாத தூரத்தில் இருக்கக்கூடிய உலகின் தலை சிறந்தவர்களாகவும், போற்றுதலுக்குரியவர்களாகவும் இருப்பவர்கள் மட்டும் தான் அவருடைய நண்பர்களாய் இருப்பதாக அவர் சொல்லி நான் அடையாளம் கண்டுகொண்ட அநேகர்களுள் நான் ஒருபோதும் பொருந்திப் போனதில்லை.

அதன் பொருட்டு நான் அவருக்கு, ஒரு காலம் இவ்வாழ்நாளில் நண்பனாய் இருக்கத் தகுதி ஏற்படப் போவதில்லை என்ற முடிவுக்கு நான் வந்தபோது தான் அவரோடு எனக்குப் பரிச்சயம் ஏற்பட்டது. அதன் பிறகுதான் தெரிந்து கொண்டேன், அவர் அதிசயித்துப் பேசும் பாகற்காயின் கசப்பு, வடக்கே காசியிலிருந்து தெற்கே காவிரிக்கரை வரை ஒன்று போல் இருந்து வந்தது.

பின்னொருமுறை எட்டிக்காய்களின் கசப்போடு இது ஒன்றும் பெரிதில்லை என்று அவர் பேசியபோது தான் அவருடைய அதிசயிப்பும், ஆராய்ச்சியும், தீர்மானமும் இப்படி இருக்கும் பட்சத்தில் இவர் என்னுடைய ஜென்ம சத்துருவாகக் கொள்வதைத் தவிர எனக்கு வேறு வழி தோன்றவில்லை. ஆகவே தான் இவரை நான் தலைவனாக ஏற்றுக் கொள்வது என்கிற முடிவுக்கு வெகு சீக்கிரத்தில் வந்து விட்டேன்.

அன்று முதல் இன்று வரை இத்தனை அதிசயித்தக்க தலைவனை இப்பூமண்டலத்தில் எவரும் பெற்றிருக்க முடியாது என்னும் இறுமாப்புடன் வாழ்ந்து வரும் தங்களின் எளிய அணுக்கத் தொண்டனின் பிறந்தநாள் வாழ்த்துகள்

வாழ்க!!! தலைவா!! ∎

நம்பிக்கையோடு உச்சரிக்கும் பெயர்

1990இல் இருந்து 98 வரை பல அரசியல் கட்சித் தலைவர்களை தொடர்ந்து சந்திக்கும் வழக்கம் எனக்கு இருந்தது. தோழர் சங்கரய்யா, மரியாதைக்குரிய வைகோ, ராம் விலாஸ் பஸ்வான், முன்னாள் பிரதமர் சந்திரசேகர், இரா செழியன், இளையபெருமாள் என்று இந்த பட்டியல் நீண்டு கொண்டே போகும்.

சென்னையில் கடற்கரைக் கூட்டத்தில் வாஜ்பாய் பங்கேற்றுப் பேசியபோது அவரையும் சந்தித்திருக்கிறேன்.

என்னுடைய நண்பர்கள், குறிப்பாக அரசியல் உரையாடல்களில் நம்பிக்கையோடு உச்சரிக்கும் பெயர் திருமாவளவன்.

அன்று, ஓர் ரகசிய இயக்கமாக முன்னெடுக்கப்பட்டு பின்னர் ஜனநாயக இயக்கமாக மாறியதிலிருந்து தொடர்ச்சியாகக் கவனித்து வருகிறேன்.

கடந்த ஐந்து ஆண்டுகளில் மக்களின் நம்பிக்கையை விடுதலைச் சிறுத்தைகள் பெற்றிருக்கிறார்கள்.

ஜாதிய அமைப்பாக இல்லாமல் அனைத்து தரப்பு மக்களுக்கான அரசியல் இயக்கமாக முன் எடுத்ததில் தோழர் திருமாவளவன் அவர்களின் பங்கு முதன்மையானது.

உஞ்சை அரசன், ரவிக்குமார் போன்றவர்களால் அமைப்பிற்கு அறிவார்ந்த தன்மையும் கொள்கையும் தத்துவமும் கிடைத்திருக்கிறது.

தொடர்ந்து அனைவரையும் அரவணைத்து, தன்னுடைய பேச்சாற்றலால், வாதத் திறமையால், மதி நுட்பத்தால், அனைத்து விதமான சமூக ஒடுக்குமுறைகளையும் எதிர்கொண்டு மக்களுக்கான விடுதலையைப் பெற்றுத் தருகிறார் தோழர் திருமா.

வரும் காலங்களில் பிராந்திய இயக்கங்களுக்கான சுதந்திரத்தைப் பெற்றுத் தருவார் என்ற நம்பிக்கை எனக்கு இருக்கிறது.

தோழர் திருமாவளவன் அவர்களுக்கு மனம் நிறைந்த பிறந்தநாள் நல்வாழ்த்துக்கள்.

ஜிகே

அ - அம்மா

ஆ - ஆடு

இ - இலை

ஈ - ஈதல்

உ - உரல்

ஊ - ஊதல்

...

இதையெல்லாம் நான் கற்றுத் தேர்ந்திருக்கவில்லை.

ஆனால், எந்த மொழியும் தடையில்லாமல் சிந்தனையைப் பதிவு செய்ய அனுமதித்திருக்கிறது. என் தாய்மொழியும் என்னை அனுமதிக்கிறது.

பிற மொழி சிந்தனைகளை அறிந்துகொள்ளத் துபாஷிகளின் பங்கு போற்றுதலுக்குரியது.

ஆனந்தரங்கம் பிள்ளையில் துவங்கிய என் துபாஷிகள் பற்றிய அறிவும் மதிப்பும் இன்று ஜி.குப்புசாமியிடம் வந்து நிற்கிறது.

விசித்திர சித்தனின் காலத்தில் காஞ்சீபுரம் மிகுந்த கலையழகு கொண்ட நகரமாக இருந்ததற்கு கி.பி. 720-இல் இருந்து நமக்குச் சான்றுகள் கிடைக்கின்றன. தற்கால வரலாற்று ஆய்வாளர்கள் பதிவு செய்ததிலிருந்து கிடைக்கப் பெறும் வரலாறு, ஜெயின கோவில்களின்

விதானங்களில் வரையப்பட்ட ஓவியங்கள் மிகுந்த ஆச்சரியத்தில் ஆழ்த்துவனவாகவும் அழகுணர்வைத் தூண்டுவனவாகவும் அமைந்திருக்கின்றன.

ஹரிகேசரி மாறவர்மனின் புதுக்கோட்டைப் பதிவுகள், அதன் கோடுகள், உருவ அமைப்பு, கதை சொல்லும் பாணி போன்றவை ஏழு விசித்திர உலகங்களில் 'நீர்' உலகைப்பற்றிப் பிரஸ்தாபிப்பதாக இன்றும் நமக்கு பார்க்கக் கிடைப்பவை.

இப்படி தமிழ் நாட்டின் தொன்மங்களைத் தேடி பிரயாணப்பட்டால் நம்மால் வெகு சுலபத்தில் காட்சிகளைப் புரிந்துகொள்ளப் பாடல்களும், கதைப்பாடல்களும், செவிவழிக் கதைகளும், அதை நடித்தும், சொல்லியும் வருபவர்கள் நமக்கான புரிதல்களை மொழியிலிருந்து ஓவியங்கள் மேல் ஏற்றிவிடத் துணை செய்கிறார்கள்.

இவ்வாறான மொழியின் தாக்கத்தைக் காட்சிகளின் மீதேற்றி இதைத்தான் வரைந்திருக்கிறார்கள் என்று சொல்லிவிடுவது இங்கே மலிந்து கிடக்கிறது. உண்மையிலேயே காட்சி ரூபங்கள் எதன் பொருட்டு வரையப்பட்டிருக்கக் கூடும் அல்லது காட்சி ரூபங்களின் மூலம் சொல்லப்படும் கதையானது என்னவாக இருக்கும் என்று தேடிப் புறப்பட்டால், எனக்குக் கற்பனைக்கும் எட்டாத வகையில் கதைப்பாடல்கள் வந்து விழுவதைத் தவிர்க்க முடியவில்லை.

Devrim ErBil - துருக்கிய ஓவியரின் ஓவியங்களை நேரில் கண்ட போதுதான் என் ரூபங்களும், கதைகளும் மொழியிலிருந்து காட்சிக்கு நகர்வதைவிட, காட்சிகளிலிருந்து மொழியை உருவாக்கத் தூண்டியது.

துருக்கிய மொழியின் அழகும், வளமையும், கலாச்சாரமும் ஆங்கிலத்திற்குப் போனபின்பு தான்

நமக்கும் தமிழில் படிக்கக் கிடைக்கிறது. திருவல்லிக்கேணி இரத்னா கபே தாண்டினால், உருது மொழியில் பலநூறு ஆண்டுகளாக தொடர்ந்து கையெழுத்து பிரதியாகக் கிடைக்கும் மாதாந்திர சஞ்சிகை படிக்கக் கிடைத்தும் பார்த்து மகிழ மட்டுமே என்னால் முடிந்தது. இந்தத் தகவலைத் தவிர அதிலிருந்து நான் எதையும் பெற முடியவில்லை.

இப்படித்தான் ஒருநாள் என் கைகளில் சிவப்பு நிற கடின அட்டையில் கனமான ஒரு புத்தகம் கிடைத்தும் கூட இன்றுவரை பஹாரி மினியேச்சர்களையோ, மொஹல் மினியேச்சர்களையோ அல்லது கீத கோவிந்தத்தின் பாதிப்பில் வரையப்பட்ட நுண் ஓவியங்களையோ பார்த்து மகிழ்ந்ததோடு நிறுத்தி விட்டதைப் போல் படிக்காமல் பார்த்து மகிழ்ந்ததோடு நிறுத்தி விட்டேன்.

எட்டாம் வகுப்பில் தமிழ் சொல்லிக்கொடுத்த கிருஷ்ண ஐயங்கார் 'ஆண்டாள் பாசுர'த்தை ரசம் சொட்ட போதித்ததால் படிக்காமல் நான் பெண்களின் பக்கம் நகர்ந்து விட்டதை நினைத்து இப்போதுதான் எனக்கு வருத்தமாய் இருக்கிறது.

தலையணை அளவிற்குப் புத்தகத்தை எல்லாம் படித்துவிடக் கூடியவன் தான் நான். அதற்கு "த" ஒரு நல்ல உதாரணம். இருந்த போதும் மொழி பெயர்ப்பில் நாம் எதையெல்லாம் கொண்டு வந்திருக்கிறோம் அதைவிட நாம் எதையெல்லாம் தவிர்த்திருக்கிறோம் என்று யோசித்தால், பழக்கத்தில் அன்றாடம் மொழி பெயர்த்தலை மாணவர்களின் செயல்பாடுகளில் ஒன்றாக மாற்றியிருந்தால் நம்மிடம் ஆண்டிற்கு எல்லா மொழிகளிலும் இருந்து ஒரு லட்சம் பக்கங்களுக்கு மேல் படிக்கக் கிடைத்திருக்கும்.

ஆனந்தரங்கம் பிள்ளையின் டைரிக்குறிப்பு இன்று ஒரு வரலாற்று ஆவணமாகவே அதையும் தாண்டி ஒரு பேரிலக்கியமாகப் பார்க்கப்படுவதைப் போல், யாருக்குத் தெரியும், நீயும் நாளை வரலாறு ஆகலாம். குறைந்தபட்சம் என் போன்றவர்களும் படிக்கக் கற்றுக்கொள்ளலாம்.

சிதம்பரம் கோயிலின் இரகசிய சுவர்களில் வரையப்பட்ட நுண் ஓவியங்களிலிருந்து நான் கற்றுக்கொண்ட கலவிமொழி, காமம் துய்ப்பதைத் தாண்டி என்னை மகிழ்வூட்டியிருக்கிறது.

எதற்காகவெல்லாமோ நான் யோசித்திருக்கிறேன் எதையெல்லாமோ கூட நான் எழுதியிருக்கிறேன் எதற்காக உன் பெயரைச்சொல்ல எனக்கு இவ்வளவு நடுக்கம். ஒருவேளை நீ தான் அரூபமோ அல்லது அருவுருவமோ. மற்றவர்களைப்பற்றி எனக்குக் கவலையில்லை அவர்களுக்கு உருவ வழிபாட்டில் தான் மகிழ்ச்சி கிடைக்கிறது. எனக்கோ மூடி வைக்கப்பட்ட புத்தகத்தின் உருவத்தில் அல்ல. உன் பிறந்த நாளிலும் அல்ல. உனக்கு பிடித்தமான இளையராஜாவின் பாடல்களிலும் அல்ல. பின்னர் எதற்காகத்தான் நான் நடுங்குகிறேன்.

அன்பின் மிகுதியை அணுக்கச்சூழலாய் உணர்ந்தால் உன் பிறந்த நாளுக்கு நான் வாழ்த்து சொல்லும் மதியிழந்தவனாய் மயங்கிக் கிடக்கிறேன் உன் மேதமையில்.

வேறு வேறு சந்தர்ப்பங்களில் எழுதிய பிறந்தநாள் குறிப்புகளில் இதுவும் ஒன்று. மதிப்புக்குரிய நண்பரும் மொழிபெயர்ப்பாளருமான ஜிகே என்று நண்பர்களால் அழைக்கப்படும் Kuppuswamy Ganesan

ஜி.குப்புசாமிக்கு அன்பான பிறந்தநாள் வாழ்த்துக்களைச் சொல்லி மகிழ்கிறேன்... ■

நிலாவை வரைபவன்

கபிலர், பரணர், பாடினி என யாரையாவது எதையாவது துணைக்கு அழைத்து எழுதியே பழக்கப்பட்டுவிட்ட கவி கரிகாலனைப் பற்றி எப்படித் துவங்குவது. Karikalan R ஒவ்வொரு நாளும் அவருடைய பதிவுகள் எளிய மக்களைச் சமகால போக்குகளுக்குக் கொண்டுவந்து சேர்த்துக் கொண்டே இருக்கின்றன.

அவரால் உத்வேகம் அடைந்தவர்கள் அதிகம் பேர் எழுத வந்திருக்கிறார்கள் நம்பிக்கையோடு. ஊரில் வீட்டிற்குப் பக்கத்தில் தான் கரிகாலன் படித்த பள்ளிக்கூடம். எதிரில் சினிமா கொட்டகை. இன்றும் அவருடைய எழுத்தில் தொன்மமும் சமகால சினிமாவும் இரண்டறக் கலந்தே இருக்கிறது. கரிகாலனைப் பார்த்த உடனேயே உற்சாகம் தொற்றிக்கொள்ளும்.

என்னை வெற்றுடம்போடு பல கோணங்களில் மிக அழகாகப் புகைப்படம் எடுத்திருக்கிறார். அவருடைய ரசனை எனக்கு ஆச்சரியத்தைக் கொடுக்கும்.

தொடர்ந்து இளம் எழுத்தாளர்களை ஊக்கப்படுத்தி எழுத வைப்பது அவருடைய வாழ்வு. சிற்றிதழ் நடத்தி, விருதுகள்கொடுத்து இளைஞர்களை ஊக்கப்படுத்துவதில் எப்பொழுதும் கரிகாலன் முன் நிற்கிறார்.

கரிகாலன் பலவாறு தன்னை இளம் தலைமுறையினரோடு இணைத்துக்கொண்டு சிந்தனையை இளமையாக வைத்திருக்கிறார்.

இன்றும் வாசிப்பைக் கைவிடாத கரிகாலன் எழுதும் வேகம் என்னை ஆச்சரியப்பட வைக்கும். தொகுக்கப்படாத 100 கட்டுரைகள் எழுதி இருக்கிறார்.

நிலாவை வரைபவன் நாவல் மீண்டும் அச்சில் பார்க்க ஆவலோடு இருக்கிறேன். மார்க்சிய சிந்தனை, திராவிட இயக்க அரசியல் எனக் கோட்பாடுகளிலும் கள அரசியலிலும் கரிகாலன் எளிய மக்களுக்காக நின்று போராடக் கூடியவர். எந்த நேரத்திலும் தொடர்பு கொள்ளலாம் எதைப்பற்றியும் சந்தேகம் கேட்கலாம் உடனடியாகத் தீர்த்து வைப்பார்.

அடிப்படையில் கரிகாலன் ஒரு தேர்ந்த விவசாயி நிலம் சார்ந்து சிந்திப்பது அவருடைய தனித்தன்மை.

பள்ளிக்கூடத்தில் ஆங்கில ஆசிரியர். அவருடைய சிந்தனை முறை வட்டாரம் சார்ந்தது. கரிகாலனின் எழுத்து தனித்து நிற்பதற்கு இருபெரும் காரணங்கள் குடும்ப அமைப்பைத் தொடர்ந்து முன்னிறுத்துவது இயற்கை சார்ந்த வட்டார கலாச்சாரத்தை உயர்த்திப் பிடிப்பது என நினைக்கிறேன்.

தமிழ்ச்செல்வி, கரிகாலனுக்குக் காதல் இணையர், பிள்ளைகள் வளர்ந்து விட்டார்கள் ஆரோக்கியத்தில் கவனம் செலுத்துங்கள்.

நேரம் கிடைக்கும்போதெல்லாம் சும்மா இருக்கப் பழகுங்கள் மன அமைதியே மாபெரும் வாழ்வியல் ரகசியம்.

அன்பின் பேருருவம் கரிகாலனுக்குப் பிறந்தநாள் நல்வாழ்த்துக்கள்.

∎

திரும்பவும் ஒருமுறை

2015ஆம் ஆண்டு ஜீவ கரிகாலனுக்கு பிறந்தநாள் வாழ்த்து சொல்லி எழுதியது. பிறந்தநாள் நல்வாழ்த்துகள். Jeeva Karikalan.

நீதி போதனை வகுப்புகளில் இரகசியமாகப் படிக்கக் கிடைத்த ராணி புத்தகத்தில் நானும் பழனியப்பனும் படித்த பூலான் தேவியின் கதை, அதற்காக மகிழ்ந்து கிடந்த நாட்கள், பின்பு எங்கள் பள்ளிக்கூடத்தின் கூட்டுறவு மாணவ பண்டக சாலை கணக்காளராக்கி என்னை வங்கிக்கு அறிமுகம் செய்த காந்திமதி டீச்சர், எப்பொழுதெல்லாம் நாங்கள் கால் பந்தாடுகிறோமோ அங்கெல்லாம் வந்து சைக்கிளில் கட்டியிருக்கும் ஐஸ் பெட்டியை அவிழ்த்து எதை வேண்டுமானாலும் எடுத்துக் கொள்ளுங்கள் என்று சொல்லும் ஐஸ்கார கனி. பின்பொரு நாள் எனக்கு கள்ளுக் கடையில் பூவரச இலைச் சுருளில் காரமான சுண்டலை அறிமுகம் செய்த மூஞ்சுரு, பட்டம் விடவேண்டுமென்று சொன்னவுடன் மெஜூரா கோட்சின் ட்வைன் நூலை வாங்கி வந்த கொட்டாங்குச்சியும், இப்படி எங்கெல்லாமோ தேடிப்பிடித்து நான் சேகரிக்கத் தொடங்கிய நட்பின் வட்டம் மிகப்பெரியது.

என்னைக் கண்டபடி ஏசும் நண்பர்களுக்கு மட்டுமே போன் செய்யும் வழக்கத்தை இன்றும் வைத்திருக்கிறேன். இப்படித்தான் ஒருவார காலம் முன்பு கூட என்னை மிக மோசமாகத் திட்டிய பெண் கவிஞரையும், நேற்று என்னை இதுவரைக்கும் யாரும் கேட்டிராத வசைகளைக்

கேட்டபோது இதைவிடப் பெரிய நட்பு ஒன்று இருந்துவிட முடியுமா என்றுகூடத் தோன்றியது. கடைத் தெருவில் கண்காட்சிகளில் என்னைப் பார்த்தவுடன் குரல் உயர்த்தி வசைச்சொல் முழங்கும் அனேக நண்பர்களுக்கும் என் புன்முறுவல் வெறுப்பை உண்டு பண்ணியிருக்கலாம். ஆனால் ஜி.குப்புசாமிக்கு அப்படியல்ல. என்னை சகித்துக்கொள்வதை அவர் வாழ்க்கையாக்கிக் கொண்டிருக்கிறார். இன்றும் நான் ஏக்கமுடன் எதிர் பார்க்கும் வசவுகளை அவரிடமிருந்து பெறுவது எந்நாளோ.

இத்தனைக் காலத்தில் பிழைகளைப் பாதுகாத்து நினைவில் வைத்திருக்கும் நண்பர்களை அடையாளம் காண்பது அரிதென்றே நினைத்திருந்தேன். நல்லவேளை கிருஷ்ண பிரபுவைப் பார்த்துவிட்டேன். இனி என் பிழைகளை எல்லாம் ஆவணப்படுத்திவிட முடியும் என்கிற நம்பிக்கை வந்திருக்கிறது. எதன் காரணமாகவும் நான் பெயர் சொல்லிவிடக்கூடாது என்று தான் எழுத ஆரம்பித்தேன். ஏனோ தெரியவில்லை நூறு ரூபாயை வாங்கிக் கொண்டு கிருதாவை எடுக்காமல் “அது தானா வளந்துருச்சி சார் நேத்து காலைல தான் எடுத்தேன்” என்னும் ரமேஷ் ரக்சனின் வெள்ளந்தி வாக்கியங்கள் என்னை மிகவும் மகிழ்ச்சிக்குள்ளாக்கியது வசவுகளைப்போல. இப்படி தொலைபேசியும் ஊடகங்களும் உரையாடலும் இல்லாது போனால் நான் எங்கே போவது.

முதன்முதலில் எங்கள் வீட்டிற்கு போன் வந்த போது மூன்று இலக்கத்தில் தான் அதன் எண் தரப்பட்டது. “369” இன்றும் அந்த எண் என்னுடன் நட்பு பாராட்டுகிறது. ஏறத்தாழ எனக்கும் அதற்கும் ஒரே வயது தான்.

மதராசின் பழமையான உணவகங்களிலிருந்து எனக்கான ஒழுங்குகளைக் கற்பித்த ரவி சுப்ரமணியத்தை, எது ஒழுங்கு என்பதைப் பார்த்துத் தெரிந்து கொள்வதற்கு மிகப்பெரிய ஒழுங்கீனங்களைக் கற்பித்த பால சுப்ரமணியத்திற்கும் இவற்றின் அடையாளமாகவே நான் பார்க்கும் கோபுவிற்கு என்று பட்டியல் நீண்டு கொண்டே போகலாம்.

எங்காவது நான் நிற்க வேண்டுமென்றால் எனக்கென்று ஒரு நிழல் இருக்கும் அதை வெயில் என்று பிறர் சொன்னால் அதற்கு நான் பொறுப்பல்ல. பவா செல்லதுரையும், ஷைலஜாவும், கார்த்தி அண்ணாவும், வம்சியும், ஜெயஸ்ரீயும் கூட என் பொருட்டே வெய்யில் காய்பவர்கள் தான்.

மதிப்பிற்குரியவர்களை எல்லாம் என்னால் பெயரிட்டு அழைக்கமுடியவில்லை. பெரிதும் நட்பு பாராட்டியவர்கள் எல்லாரும் என் நினைவில் இல்லை. என் நலன் விரும்பிகளுக்கு நான் எது செய்தாலும் பிடிக்கும் என்பதால் அவர்களைப் பற்றிச் சொல்ல என்னிடம் எதுவுமில்லை. சொல்வதற்கு இருக்கும் ஒரே வார்த்தை நானென்று ஒருவன் இருப்பதாக இப்பொழுதும் நான் நினைக்கவில்லை.

இப்படியெல்லாம் எம்மை உளற வைத்த ஒரு பிறந்தநாள் வாழ்த்துக்காக அதுவும் ஏதோ நட்பு தினத்தில் வந்துவிட்டதாக நினைக்கும் போது இன்னமும் எனக்கு வாழ்த்துச் சொல்லப் பிரியமில்லை. மனம் என்றாவது ஒருநாள் உன்னைத் தேடிக் கண்டடையும். அப்போது குச்சி ஐஸ் வடிவம் மாறியது போல நினைவில் இருக்கும் எல்லாமும் தொலைந்து போயிருக்கும். திரும்பவும் ஒருமுறை உன்னைப் புதிதாக அறிந்து கொள்ளும் வாய்ப்பிற்காகக் காத்திருக்கிறேன்.

ஜீவகரிகாலனுக்கு- 2015. ■

மக்கள் கையில்

திராவிட முன்னேற்றக் கழகத்தின் தேர்தல் அரசியல் பாதையில் எம்.ஜி.ஆர் தவிர்க்க முடியாத சினிமா முகம்.

எஸ்.எஸ்.ஆர், எம்.ஆர்.ராதா போன்றவர்களும் திராவிட அரசியலில் தங்களை இணைத்துக் கொண்ட சினிமா நட்சத்திரங்கள்.

மு.க.முத்து வை திராவிட முன்னேற்றக் கழகம் எம்ஜிஆருக்கு மாற்றாகப் பயன்படுத்த முனைந்தது.

செல்வி ஜெயலலிதாவை, எம்.ஜி.ஆர் தேர்தல் பிரச்சாரத்திற்குப் பயன்படுத்தியபோது டி.ராஜேந்தரை திராவிட முன்னேற்றக் கழகம் பயன்படுத்தியது.

எம்ஜிஆர் இருந்தபோது நடந்த உள்ளாட்சித் தேர்தலில் 91 நகர் சபைகளைத் திராவிட முன்னேற்றக் கழகம் வென்றது.

அந்தத் தேர்தலில் தீவிரமான பிரச்சாரத்தை ராதிகா மேற்கொண்டார்.

பின்னர் எல்லாரும் சொல்லுவது போல் கவர்ச்சி அரசியல் நோக்கி நகர, திராவிட முன்னேற்றக் கழகம் எந்த முயற்சியையும் எடுக்கவில்லை.

தார்மீகமாக எஸ்.ஏ.சந்திரசேகர், எஸ்.எஸ்.சந்திரன், வாகை சந்திரசேகர், ராம நாராயணன், மணிவண்ணன்,

சத்யராஜ் என்று சினிமாத் துறை சார்ந்த பலரும் திராவிட முன்னேற்ற கழகத்திற்கு ஆதரவாகச் செயல்பட்டார்கள்.

தலைவர் கலைஞர் அவர்களின் வசனத்தையும் திரைக்கதையையும் ஆயுதமாகத் திராவிட முன்னேற்றக் கழகம் முன்வைத்தது.

பாலைவன ரோஜாக்கள் படமும் நீதிக்குத் தண்டனையும் சோர்ந்திருந்த தொண்டர்களின் சோர்வை நீக்கி உற்சாகத்தைத் தந்தன.

எம்ஜிஆரின் அரசை விமர்சிக்க அப்படங்கள் பெரிதும் பயன்பட்டன என்று சொல்லலாம்.

இன்று நாடாளுமன்றத் தேர்தலில் வெற்றி பெற்றிருக்கும் திராவிட முன்னேற்றக் கழகத்திற்கு எதிர்வரும் தேர்தல்களைச் சந்திக்க அப்படியான சினிமா முகம் ஒன்றும் கூடுதலாகத் தேவைப்படுகிறது.

60 வயதைக் கடந்து விட்ட நடிகர் ரஜினிகாந்த் ஒரு பக்கமும் நடிகர் கமலஹாசன் இன்னொரு பக்கமும் அரசியல் பிரவேசம் செய்யத் தயாராய் இருக்கும் இந்த நேரத்தில், திராவிட இயக்கக் கொள்கைகளை உயர்த்திப்பிடிக்க மக்களிடம் கொண்டு செல்ல கலைத்துறை சார்ந்த முகம் ஒன்று தேவைப்படுகிறது. குறிப்பாக நடந்து முடிந்த நாடாளுமன்றத் தேர்தலில் பெரிதும் பலன் தந்த பிரச்சாரகர்களின் பிரச்சாரங்களில் உதயநிதி ஸ்டாலினுடைய பிரச்சாரமும் ஒன்று. மக்கள் மத்தியில் பிரபலமாக இருக்கும், திராவிட இயக்கப் பின்னணியில் வளர்ந்த நடிகர் உதயநிதி ஸ்டாலின், திராவிட முன்னேற்றக் கழகத்தின் பிரச்சார முகமாக எதிர்வரும் தேர்தல்களில் இருப்பது கொள்கை சார்ந்த இயக்கம் ஒன்று மக்கள் நலன் காக்க ஆட்சிக்கு வருவதற்குப் பேருதவியாய் இருக்கும்.

புணைவு 39

இன்றைய இளம் வாக்காளர்களிடம் திராவிட இயக்கக் கொள்கைகளைக் கொண்டு சேர்க்கவும் அவர்களை ஒன்று திரட்டவும் உதயநிதி ஸ்டாலின் அவர்களின் பிரச்சாரத்தால் முடியும் என்ற நம்பிக்கை எனக்கு இருக்கிறது.

அண்ணா அவர்கள் சொன்னது போல் 'தம்பி வா தலைமை ஏற்க வா' என்று இன்றைய திராவிட முன்னேற்றக் கழகத் தொண்டர்கள் முரசொலி அறக்கட்டளை நிர்வாக இயக்குனர் உதயநிதி ஸ்டாலின் அவர்களை அழைக்கிறார்கள்.

குறிப்பாகத் திராவிட முன்னேற்றக் கழகத்தின் இளைஞர் பிரிவினர் உதயநிதி ஸ்டாலின் அவர்களின் தலைமையை ஏற்கத் தயாராய் இருக்கிறார்கள்.

ஒரு ஜனநாயக இயக்கத்திற்குள் மேற்கொள்ளப்படும் மாற்றத்தைப் பொதுமக்களாக இருந்து பார்க்கும் பொழுது அந்த இயக்கம் தன்னுடைய கொள்கைகளிலிருந்து விலகிப் போகிறதா என்று மட்டுமே பார்க்க முடியும் கேள்வி எழுப்ப முடியும்.

எந்த ஆயுதத்தை அவர்கள் எப்படி பயன்படுத்துகிறார்கள் என்று கேள்வி எழுப்ப முடியுமா?

தேர்தல் அரசியலில் கொள்கை வழி நிற்கும் இயக்கங்களுக்கான சவால் மிகப்பெரியது.

எங்கே அடக்குமுறை இருக்கிறதோ அங்குதான் போராட்டமும் புரட்சியும் வெடிக்க வேண்டும்.

மாறாக எங்கே ஜனநாயகம் இருக்கிறதோ அங்கு தான் நாம் கேள்விகளை முன்வைக்கிறோம். இது சிறிய உதாரணம் மட்டுமே. இளைஞர்கள் மதிப்பிற்குரிய திராவிட முன்னேற்றக் கழகத்தின் தலைவர் ஸ்டாலின்

அவர்களின் மேல் நம்பிக்கை வைத்திருக்கிறார்கள். திராவிட முன்னேற்றக் கழகத்தின் இளைஞர் அணி பொறுப்பிற்கு வரவிருக்கும் உதயநிதி ஸ்டாலின் அவர்களை வாழ்த்தி வரவேற்கிறேன்.

இந்த பதிவிற்கு நண்பர் தமிழரசு செல்வன் Tamilarasu Selvam அவர்கள் கேட்ட கேள்வியையும் என் பதிலையும் கீழே பதிவிடுகிறேன்.

தி.மு.கழகம் திரு.கருணாநிதியின் குடும்பச் சொத்தாகிவிட்டது. இந்த திரைத்துறை நாயகர்கள் கமல், மற்றும் ரஜினியைச் சமாளிக்கத்தான் உதயநிதியை உள்ளே இறக்குகிறார்கள் என்பது காரணம் வேண்டுமே என்பதற்காகக் கூறப்படும் வார்த்தைகள்.

ஒருவேளை, நாளை ஸ்டாலின் முதல்வராகிவிட்டால் துணை முதல்வராக உதயநிதிதான் இருப்பார். இது தான் நடக்கும்.

அனைத்து சட்டமன்ற உறுப்பினர்களும் முன்னாள் சட்டமன்ற உறுப்பினர்களின் வாரிசுகளாகத்தான் இருப்பார்கள்.

போஸ்டர் ஒட்டுபவன், சந்ததி, சந்ததியாக போஸ்டர் மட்டுமே ஒட்டிக்கொண்டிருப்பான்.

இதற்கு என்னுடைய பதில்:

Tamilarasu Selvam

திராவிட முன்னேற்றக் கழகம் பல ஆண்டுகளாக ஆட்சிப் பொறுப்பில் இல்லை.

அவர்கள் ஆட்சிப் பொறுப்பிற்கு வருவார்களா என்பதற்கு எந்த உத்தரவாதமும் இல்லை.

தேர்தல் அரசியலில் வெற்றி பெறுவதும் தோல்வி அடைவதும் மக்களின் கையில் இருக்கிறது.

மக்கள்தாம் ஆட்சியாளரைத் தீர்மானிக்கிறார்கள்.

திராவிட முன்னேற்றக் கழகத்திற்கு மாற்றாகத் தமிழ்நாட்டில் பல கட்சிகள் இருக்கின்றன.

நீங்கள் சொல்லுவது போல் வாரிசு அரசியல் மட்டுமே தலையாய பிரச்சனை என்றால் தமிழ்நாட்டின் இன்றைய சூழல் தான் மீண்டும் நிகழும்.

வாரிசு அரசியலைப் பிரதானப்படுத்தி திராவிட முன்னேற்றக் கழகத்தைத் தனிமைப்படுத்துவதால் மாநில நலன் தான் பாதிப்புக்கு உள்ளாகும்.

உட்கட்சிப் பிரச்சனையை அல்லது அவர்களுடைய இயக்கம் ஆலோசிக்க வேண்டிய விவாதத்தை நாம் முன்னெடுக்க முடியாது.

காங்கிரஸ் மாற்றாகப் பாரதிய ஜனதா என்று எடுத்துக் கொண்டால் இரண்டுமே மக்கள் விரோத அரசுகள்தாம்.

மூன்றாவது அணியையும் பார்த்தாகிவிட்டது.

87 திருச்சி மாநாட்டில் கலகம் செய்த தொண்டர்கள் பின்னாட்களில் வைகோ அவர்களைத் தலைமையேற்றுப் பிரிந்து சென்றார்கள் இன்று திராவிட முன்னேற்றக் கழகத் தலைமையை அதன் பல தம்பிமார்கள் ஏற்றுக் கொண்டிருக்கிறார்கள் என்பதுதான் உண்மை..

மக்கள் ஆதரவு அல்லது எதிர்ப்பு ஜனநாயக அரசை இயக்குகிறது; கட்சியை அல்ல. அரசியலுக்கு வரும் இளைஞர்களை நாம் வரவேற்போம்.

அவர்களுக்கு ஆட்சி அதிகாரத்தைத் தருவதென்பது மக்கள் கையில் இருக்கிறது என்பதைப் புரிந்து கொள்வோம்.

இதுதான் என் பார்வை.

மற்றொரு நண்பரின் கேள்வி:

S M Yasagan

காமராசரும், கக்கனும் ஆட்சிசெய்த தமிழகம். இன்று..... வேஷதாரிகள் சொல்லக் கேட்கும் நாடக வீதியாகிப்போனது நாம் காணும் துயரம்.

என்னுடைய பதில்:

காங்கிரஸ் நடிகர் சசிகுமாரைப் பெரிதும் பயன்படுத்திக் கொண்டது. தமிழ்நாடு முழுவதும் சசிகுமார் ரசிகர் மன்றங்கள் இருந்தன.

நடிகர் திலகம் சிவாஜி அவர்கள், அந்தக் காலத்து நடிகையான வைஜெயந்திமாலா வையும் பயன்படுத்தி இருக்கிறார்கள்.

தென்சென்னை நாடாளுமன்றத் தொகுதி உறுப்பினராகவும் வைஜெயந்திமாலா பணியாற்றியிருக்கிறார். இப்படி ராஜகோபாலாச்சாரியார் காலம் தொட்டு இன்று வரை பல உதாரணங்களைச் சொல்லலாம். திராவிட முன்னேற்றக் கழகம் மாத்திரம் சினிமாக் கவர்ச்சியைப் பயன்படுத்தவில்லை.

தமிழ்நாட்டின் எல்லாக் கட்சிகளும் முயற்சித்துப் பார்த்திருக்கிறார்கள்.

திருநாவுக்கரசர் ஒரு காலத்தில் தானே கதாநாயகனாக நடிக்க முயற்சி செய்தவர் தான். தொல் திருமாவளவன் அவர்களும் கூட சினிமாவில் நாயகனாக நடிக்க ஒரு படம் எடுக்கப்பட்டது என்று நினைவு.

இவையெல்லாம் வெளிவந்தனவா என்பது எனக்குத் தெரியாது. நாடக மேடைக் கலை தேர்தல்/அரசியல் பிரச்சாரத்திற்காக பயன்படுத்தபடுவது ஒன்றும் புதிதல்லவே.

■

வேறு உருவம்

தஞ்சாவூர் பல்வேறு விஷயங்களுக்குப் புகழ் பெற்றது.

தலையாட்டி பொம்மை, தஞ்சை மராட்டியப் பாணி ஓவியங்கள், தஞ்சாவூர் தட்டு, வீணை, நாதஸ்வரம், தவில், சரஸ்வதி மகால் நூல்நிலையம், பெரிய கோவில், சாந்தி பரோட்டா, தேவர் மெஸ், கல்கண்டு பால், மூங்கில் புட்டு இப்படி பலவும்.

பழைய பேருந்து நிலையத்தில் விஜய் துணியகம், கே.எஸ்.சேகர் லாட்டரி சீட்டுக் கடை, ஒயின் ஷாப்புகள் என பலவற்றுக்கும் பெயர்ப்பலகைகள் ஒரு காலத்தில் பிரபலமாக இருந்தன.

தத்ரூபமாக வரையப்பட்ட விளம்பர தட்டிகள் பார்ப்பதற்காகவே பல ஊர்களிலிருந்தும் ஆர்வலர்கள் வருவதுண்டு. குறிப்பாக ஜேசுதாஸ், எம்.எஸ். சுப்புலட்சுமி, ரஜினிகாந்த், ராதிகா, ரேகா எனப் பலரும் அந்த போர்டுகளில் அத்தனை அழகாக இருப்பார்கள்.

இந்த போர்டுகளுக்கு ஒரு பின்னணி இருக்கிறது.

முன்னாள் தமிழக அமைச்சரும் மதிப்பிற்குரிய வருமான உபயதுல்லா அவர்கள். அவர்தான் ஓவியர் ஜீவி அவர்களை இந்த போர்டுகளைச் செய்து தருமாறு பணித்தவர். அதன் பிறகு தஞ்சாவூர் முழுக்க ஜீவி நாகை சைன் போர்டுகள் பிரபலம். அதை வரைந்தவர் நாகப்பட்டினம் சஞ்சீவி குடும்பத்தில் வந்த

மரியாதைக்குரிய சுகுமாரன். அவர் இன்று நம்மிடையே இல்லை. இன்று அவருடைய பிறந்த நாள்.

ஆறாம் வகுப்பிலிருந்தபோது நாகப்பட்டினத்திற்குப் போய் அவரை சந்திக்க முடிந்தது. ஓவியர் ஆழி ராமசாமி அவர்களும் நாகப்பட்டினத்திற்குப் பக்கத்தில் தான் இருந்தார்.

கும்பகோணத்திலும் ஓவியர் அமுது ஜெயராமன் பிரான்சிஸ் போன்றவர்கள் இருந்தார்கள். மாயவரத்தில் ராஜராஜன் பி.டி.ராஜன் இருந்தார்கள். சிதம்பரத்தில் ஆர்ட் லேண்ட் நாகராஜன், ஆனந்த் போன்றவர்கள் இருந்தார்கள்.

மெட்ராஸில் கவர்னர் பீடி விளம்பரம் மிகப் பிரபலம் ஜே.பி.கிருஷ்ணாவால் வரையப்பட்டது.

இப்படி ஊர் ஊராகச் சொல்லிக்கொண்டே போகலாம். பிரான்சிஸ் திருச்சியிலும் ஜெயராமன் தஞ்சாவூரிலும் பணியைத் தொடர்ந்தார்கள். தொண்ணூறுகளில் இப்படியான சைன் போர்டு ஓவியர்களுக்குப் பெரிய வரவேற்பு இருந்தது.

இன்று கணினி மயம் ஆன பின்பெல்லாம் அதே வழியில் வேறு உருவம் எடுத்து இருக்கிறது. தமிழ்நாடு ஓவியர் சங்க நிர்வாகியாகச் சுகுமாரன் செயல்பட்டார். அவரது பிறந்த நாளில் அவரை நினைத்துக் கொள்கிறேன்.

ஊக்கம்

திருவல்லிக்கேணியில் பழைய காலச்சுவடு அலுவலகம் இருந்தபோது அரவிந்தனைச் சந்திக்கும் வழக்கம் இருந்தது. தேவிபாரதி, சிபிச்செல்வன், பவுத்த அய்யனார், திவாகர், சரவணன் சந்திரன், சந்தோஷ் என்று பலரும் வந்து போவார்கள். சுந்தர ராமசாமி ஒரு முறை சென்னையில் தங்கியிருந்தார். அவருடைய கடைசி சென்னைப் பயணம் என நினைக்கிறேன்.

மெய்ப்பொருள் என்ற பெயரில் ஓவியம் சிற்பம் சார்ந்த கட்டுரைகளைத் தொகுத்து வெளியிட்டு ஒரு சிற்றிதழை நடத்திக் கொண்டிருந்தேன்.

அந்த காலகட்டத்திலிருந்து இன்றுவரை மிகப்பெரிய ஊக்கத்தைத் தந்து வருபவர் அரவிந்தன். காலச்சுவடு இதழில் அந்தக் காலத்திலேயே இல்லஸ்ட்ரேடட் abstraction அல்லது அரூப கோடுகள் என்பதைப் பரிசோதித்துப் பார்க்க இடம் தந்தவர். இன்றும்கூட பல பத்திரிக்கைகள் கதை விளக்கப்படங்களில் பரிசோதனைகளைச் செய்து பார்க்கத் தயங்குகின்றன.

அரவிந்தன் பல புதிய பரிசோதனை முயற்சிகளை ஆதரித்தவர். சுந்தர ராமசாமியின் கோட்டுச் சித்திரத்தை மினிமலிஸம் வழியாக வரையச் சொல்லி வெளியிட்டவர். இன்னும் எத்தனையோ சொல்ல முடியும். பிறந்தநாள் நல்வாழ்த்துகள் அரவிந்தன். @D.i. Aravindan

■

காலம் கவிதை கலைஞன்

*பா*ரதிதான் நவீனத் தமிழில் முதல் வசன கவிதையை எழுதுகிறான். பின்பு, யாப்பு முறைகளுக்குக் கட்டுப்படாமல் உணர்வுகளுக்கு முக்கியத்துவம் கொடுத்துக் கவிதையைச் சுதந்திரமாக எழுதிப் பார்க்கும் போக்கு உருவாகிறது. அதன் நீட்சியாக ஒரு புதிய வடிவம் அறுபதுகளில்தான் தொடங்குகிறது. முப்பதுகளின் பிற்பகுதியில் பிச்சமூர்த்தியும் கு.ப.ராவும் எழுதிப் பார்க்கிறார்கள்.

பின்னர், க.நா.சு யாப்பைத் தவிர்த்துவிட்டு வசன கவிதையை எழுதிப் பார்க்கிறார். அதுபோலவே முப்பதுகளிலிருந்து தமிழில் தீவிர சிற்றிதழ்கள் நடத்தப்பட்டு வந்திருக்கின்றன. மணிக்கொடி, எழுத்து, சரஸ்வதி போன்ற பல இதழ்கள் புதுக் கவிதை முயற்சிகளை வளர்த்தெடுத்ததன் தொடர்ச் சங்கிலியில் எத்தனையோ பேர் தங்களை இணைத்துக்கொண்டும் அறுத்துக்கொண்டும் போயிருக்கிறார்கள்.

"*முத்துரதம் போலே*

சுத்திவரும் பெண்கள்

முத்த மழை தூவாதோ"

சினிமாப் பாடல்களிலும் கூட எத்தனையோ மாற்றங்கள். ஒரு மொழிக்குப் பல்வேறு பயன்பாடுகள் இருப்பதைப்போல மானுடத்தின்

உணர்வுகளுக்கு பல்வேறு வெளிப்பாடுகள் இருப்பதும் தன்னியல்பே. ஒவ்வொரு நாளும் படிக்கத் தெரிந்தவர்களுக்கு அவர்கள் மொழியில் ஏதாவது ஓர் அச்சிடப்பட்ட தாள் கிடைத்துக்கொண்டுதான் இருக்கிறது, படிப்பதற்கு.

விடியற்காலை ஐந்து மணிக்கு வீட்டில் இறக்கிவிட்டேன். இரவெல்லாம் சுற்றித் திரிந்தோம். கதைகள் பேசினோம். கவிதை எழுதினோம். நாவலொன்றை எழுதுவதற்கு உறுதியேற்றோம். எல்லாம் நல்லபடியாகத்தான் போய்க்கொண்டிருக்கிறது. உன்னுடைய நாவலைப் படிப்பதற்கு ஒவ்வொரு விடியற்காலையும் கண் விழித்தவுடன் வலது கையால் துழாவிப் பார்க்கிறேன், புத்தகம் தட்டுப்படுகிறதா என்று. விரைவில் கிடைத்துவிடும் என்ற நம்பிக்கையில்.

பல பிறமொழி வார்த்தைகள் தமிழாகியிருப்பதற்கு 'ஓசி'யும் 'ஓக்கே'வும் நல்ல சான்றுகள்தான். தற்காலத்தில் 'ஜி' என்பது புழக்கத்தில் மலிந்து போய்விட்ட அன்பின் அடையாளம். கைப்பேசியில் அந்தக் குரலை எப்பொழுது கேட்டாலும் 'லவ் யூ சூர்யா' என்றே தொடங்கியிருக்கிறேன்.

அட்டைப் படங்களைப் பொதுவாக ஆண் தன்மை கொண்டதாகவே வடிவமைக்க விருப்பப்படும் புத்தக ஆசிரியர்கள் மிகுந்திருக்கும் இக்காலகட்டத்தில் விசித்திரமாக என்னிடம் 'ஜி... பிங்க் கலர்ல ஒரு ரேப்பர் வேணும்ஜி' என்று கேட்டுவாங்கி வெளியிட்டான் அந்தக் கலைஞன். அசல் கலைஞனுக்கு உணர்வெழுச்சியை அல்லது இயல்பைத் திரையிட்டு மறைக்கத் தெரியாது. முகத்துக்கு வேண்டுமானால் சூர்யா 'மேல்' கிரீம் உபயோகப்படுத்தலாம், அவன் உள்ளத்திற்கு எப்பொழுதுமே 'ஃபேர் & லவ்லி'தான்.

எழுதும் கவிதைகளில் காதல் இருக்கும். அது அன்பைப் பொழியும். அவன் வாழ்விற்கும் வார்த்தைக்கும் இடைவெளி இருந்ததில்லை. தூர தேசங்களிலிருந்ததெல்லாம் கூட அவனுக்குக் காதலிகள் இருக்கிறார்கள். அவர்கள் அவனுடைய கவிதைகளின் காதலிகள்.

புகைப்படங்கள் அவனை எம்.ஜி.ஆர் ஆக்குவதில்லை. மாறாக எம்.ஜி.ஆர்களே பொறாமைப்படும் தேவதைகளுடனானவை. விதிவிலக்காக என்னைப் போன்ற ஒருசில ஆண் நண்பர்கள் மட்டுமே அபஸ்வரமாக அவனுடைய புகைப்படங்களில் தலைகாட்டிப் பிரபலமாகியிருக்கிறோம். ஆனாலும் கூட அவனளவிற்கு அன்பின் வெள்ளத்தில் மூழ்கடிக்க முடியாது. சூர்யா ஒரு நவீன எம்.ஜி.ஆராக புகைப்படங்களில் மக்களுக்காகச் சிரிக்கிறான்.

கூட்டங்களில் குறிப்பாக இலக்கியப் போக்குகளில் பல விமர்சகர்கள் தற்காலத்தில் பல புத்தகங்கள் குறித்த விமர்சன உரைகளை நிகழ்த்தி வந்தபோதிலும் சூர்யா அவர்களுள் அல்லது அவர்களுக்கான கூட்டங்களில் அவர்களுக்காகவும் புத்தகங்களுக்காகவும் பேசக் கூடியவனாக இருக்கிறான். பல புத்தக ஆசிரியர்கள் தங்கள் புத்தகங்கள் சூர்யாவால் மதிப்பிடப்பட்டுப் பேசப்பட வேண்டும் எனக் காத்திருக்கிறார்கள். எனக்குத் தெரிந்த வரையில் அவனுடைய ரசனை எப்பொழுதும் எளிய மக்களின் இலக்கியமாகவே இருந்திருக்கிறது. புத்தகங்களின் உள்ளடக்கமே அவன் பேசுவதற்குப் போதுமானதாக இன்றளவும் இருந்து வருகிறது.

'அமிர்தம்', அவன் நடத்தி வந்த சிறுபத்திரிக்கை. பின்பு பல பத்திரிகைகளில் ஒரு தேர்ந்த பத்திரிகையாளனாகவும் தன் பயணத்தைத்

தொடர்ந்துகொண்டிருப்பவன்தான். சித்தர்களின் பாதை, ஆன்மீகம், இலக்கியம், சமயம், சினிமா, கலை, அரசியல், சமூகம் என அவன் தொட்டுப் பார்க்காத, தொடர் எழுதாத, நேர்காணல் செய்யாத பகுதிகளே பத்திரிகைத் துறைகளில் இல்லை எனலாம். ஒரே அளவுகோல்தான். முதல் தலைமுறை வாசகர்களும் ஆழமான விஷயங்களைத் தெரிந்துகொள்ளும் அல்லது புரிந்துகொள்ளும் விதத்தில் எளிய மக்களுக்காக எழுதப்படும் எழுத்தே தன்னுடைய பத்திரிகை ஆக்கங்களுக்கு அவன் தேர்ந்தெடுத்திருப்பது.

நட்பின் நிமித்தமாய் வாழ்வில் எவர் எதைக் கேட்டாலும் சூர்யாவால் மறுக்கப்பட்டு நான் அறியேன். நாயன்மார் கதைகளில் சிவன் பெயரைச் சொல்லி கொலை வாளுடன் வந்தவனைக் கூட நாட்டின் எல்லையில் பத்திரமாக விட்டுவரச் செய்த கதைக்குச் சற்றும் குறைவில்லா வாழ்க்கை அவனுடையது. தோழர்கள் நட்பில் இருக்கிறார்களா எனத் தெரியாது. அவனுடைய வாட்ஸஅப் முழுவதும் தோழிகளின் பதிவு செய்யப்பட்ட குரல்கள் தொடர்ந்து ஒலித்துக்கொண்டே இருப்பதை என்னால் பொறாமையை மறைத்துக்கொண்டு இங்கு எழுத முடியாது. நட்பின் அகராதி தற்காலத்தில் பாலினம் கடந்து நிற்பதை நிரூபித்த ஒரு சிலரில் சூர்யாவும் ஒருவன்.

அலங்காரம் என்பது மிகப் பெரிய வார்த்தை இல்லை, எளிமையான வாழ்வின் அடையாளம் என எனக்குக் கற்றுத் தந்தவன் அவனே. அவனுடைய கவிதையைப் போல.

வளர்ந்த இரண்டு பிள்ளைகளுக்கு அப்பா. திருமண வயதை நெருங்கியிருக்கிறார்கள். ஒரு தகவலுக்காக

இதைச் சொல்வதற்குத்தான் இத்தனை செய்திகளை எழுதிக் கடந்திருக்கிறேன். எந்த வகையிலும் இதை அவன் மறைத்தவன் இல்லை. ஏனோ எனக்கு மட்டும் அவன் திருமணத்திற்காகக் காத்திருக்கும் மற்றொரு பிள்ளையாகவே தெரிகிறான்.

காலம்தான் எத்தனை விரைவாகச் செல்லுகிறது. நேற்றேபோல இருக்கிறது எல்லாக் கனவுகளும். அவனுக்கும்கூட கனவுகள் இருக்கலாம். கற்பனைகள் உதவுகின்றன அவற்றை வெளிப்படுத்த. காலமும் உதவும் நண்பா. எல்லாமும் மெய்ப்பட.

ரஜினியும், கமலும், எம்.ஜி.ஆரும் தேவையில்லை நமக்கு. அணுக்கத் தோழனாய், ஆகச் சிறந்த நண்பனாய், கலைஞனாய், நட்பின் அகராதியாய் வாழும் சூர்யா ஒருவனே போதும்.

இனிய பிறந்தநாள் வாழ்த்துகள் சூர்யா.

@Amirtham surya

வெளிச்சங்களுக்கு அப்பால்

புகைப்படங்கள் மீது எனக்கு மிகுந்த ஆர்வம் உண்டு. ஒருமுறை எங்கள் ஊரின் நடுவில் இருக்கும் சீட்டாட்டக் கிளப்பில் தலைப்பாகை, ஜரிகை அங்கவஸ்திரம் கொண்ட ஆஜானுபாகுவான மனிதர்களின் கருப்பு வெள்ளை, ஆள் உயரப் புகைப்படங்களைப் பார்த்திருக்கிறேன். அவை தேக்கு மரச் சட்டகங்களுக்குள் அடைபட்டுக் கிடந்தன. கண்ணாடி போடப்படவில்லை. ஓவியமாகவும் அது இல்லை. அப்பொழுதுதான் ப்ரோமைட் தாள்களைப் பற்றிய அறிமுகம் எனக்குக் கிடைத்தது.

கீவளூரிலும் திருவாரூரிலும் கூட ஸ்டூடியோக்கள் இருந்தன. திருவிழாக் காலங்களில், ஊர்த் தெருக்களில் தற்காலிகக் கொட்டகைகள் அமைத்து அட்டையில் வரையப்பட்ட தாஜ்மஹால் முன் நிறுத்தப்பட்டுள்ள ஜாவா அல்லது புல்லட்டுக்கு அருகில் மூன்று புகைப்படங்களை எடுத்துக்கொள்ள ஐந்து ரூபாய் கட்டணம் வசூலிப்பார்கள். வெகுகாலம் நான் தாஜ்மஹால் புல்லட்டைவிட கொஞ்சம்தான் உயரம் என நம்பிக்கொண்டிருந்தேன்.

வேளாங்கண்ணி மாதா, ஸ்வாமி ஐயப்பன் போன்ற உருவங்களுடன் நின்று புகைப்படம் எடுத்துக்கொள்ளக் கூட்டம் அலைமோதும். எங்கள் ஊரின் அண்ணன்மார்கள் இதற்காகவே தாடி வளர்ப்பார்கள். கண்ணாடி வாங்கி அணிவார்கள். உடற்பயிற்சி செய்வார்கள். எம்.ஜி. ஆருக்கும் சிவாஜிக்கும் கட்டவுட்டுகள் இருக்கும். காலருக்குப் பின்புறம் கர்சீஃப் சொருகுவார்கள்.

தண்ணீர் தடவி தலை சீவுவார்கள். பவுடரும் அத்தரும் பூசிக்கொள்வார்கள். வெகுகாலம் நான் ப்ரோமைட் தாள்களின் மணம் அத்தர் பூசிக்கொள்வதால்தான் வருகிறது என நம்பினேன்.

தாவணியில் 'V' ஷேப் இருப்பதே அந்த ஸ்டூடியோக்களில் பார்த்துத் தெரிந்துகொண்டதுதான். பிறகு வந்த அரசுப் பள்ளித் தலைமை ஆசிரியர்களால் 'V' ஷேப் தடை செய்யப்பட்டபோது என் கைகளில் யாஷிகாவும், பெண்டக்சும், நிக்கானும், டிரான்ஸ்பரன்ஸி ஃபிலிமும் நானூறு ஐ.எஸ்.ஓவும் தடையின்றிப் புழங்கின.

முதல்முறையாக, 'பவுடர் போட்டிருந்தா, படம் எடுக்க மாட்டேன்'னு சொல்ற தைரியத்தைக் கெம்பு ஸ்டூடியோவுல இருந்த தாத்தாதான் சொல்லிக் குடுத்தாரு.

மவுண்ட் ரோடுல இருந்த ஜி.கே.வேலு ஸ்டூடியோதான் கலர் படம் எடுக்கத் துணை நின்றார்கள்.

லென்ஸ் பத்தின அறிவெல்லாம் கல்லூரிக் காலங்களில் நெய்வேலி அருளும் பல நண்பர்களும் சொல்லிக் கொடுத்ததுதான். தொண்ணூறுகளின் இறுதியில், இரண்டாயிரமாம் ஆண்டின் தொடக்கத்தில் நிக்கான் DIX-க்கு டிஜிட்டலில் மாறினேன். ஷாஜூ ஜான் உடனிருந்தான். பௌர்ணமி இரவில் தாஜ் மஹாலைப் படமெடுத்தோம்.

எத்தனையோ மாற்றங்கள். அடிப்படையில் ஆர்வம் மட்டும் குறையவில்லை. துருப்பிடித்த தகரப் பின்னணியைத் தேடி பம்பாயில் அலைந்தபோதுதான், பாசி படர்ந்த சுவருக்குப் பக்கத்தில் அமைந்த துருப் பிடித்த பின்னணியைக் கண்டுபிடித்தேன். அங்கு சில புகைப்படங்களைப் பதிவு செய்தேன்.

பின்பொரு நாள் கிருஷ்ண பிரபுவும், கோபு ராசுவேலும் நான் தொகுத்துக் கொண்டிருந்த 'ஜலாலுதீன் ரூமியின் தாகங்கொண்ட மீனொன்று' மொழியாக்கக் கவிதைத் தொகுப்பு குறித்த கட்டுரைத் தொகுப்புக்கு அட்டை வடிவமைப்பிற்கான படங்களைத் தேடிக் கொண்டிருந்தார்கள்.

மொழிபெயர்ப்பாளர் தன் திருமணத்திற்குக் கூட புகைப்படம் எடுத்துக்கொள்ளாதவர் என்பது அட்டைவடிவமைக்கப்பட்ட பின்னர்தான் தெரிய வந்தது. புகைப்படம் எடுத்துக்கொண்டால் ஆயுசு குறைந்துபோகும் என்ற நம்பிக்கை கிராமங்களில் கீழத் தஞ்சையில் என் தாத்தா காலத்திலேயே வழக்கொழிந்து போய்விட்டது, இன்னமும்கூட. வெளிச்சங்களுக்கு அப்பால் மனிதர்கள் இருக்கத்தான் செய்கிறார்கள்.

செயற்கையான வெளிச்சம் எதையும் நான் பயன்படுத்துவதில்லை. இயற்கையில் அமைந்துவிட்ட இவ்வொளி நிழலைத் தூர எறிய மனமில்லாமல் பதிவுசெய்துவிட்டோம்.

இன்று கிடைத்திருக்கும் வெளிச்சம் தொடர வாழ்த்துகள். @Sathya N Moorthy

■

நினைவின் அடுக்கு

காலச்சுவடு பதிப்பகம் ஒரு காலண்டரை வெளியிட்டிருந்தது. வீட்டிற்கு வந்திருந்த அசோகமித்திரனிடம் கொடுத்தேன். 'இது பால சரஸ்வதியா?' என்று கேட்டுவிட்டு 'எனக்கா?' என்றார்.

நினைத்துக்கொள்ளத் தோன்றியது, உங்கள் நினைவு நாளில். கவர்னர் பீடி விளம்பரங்களில் கோலோச்சிய மாடல்களில் சினிமா நட்சத்திரங்களும் உண்டு. ஒவ்வொரு பேருந்து நிழற்குடையிலும் அமைக்கப் பட்டிருந்த துத்தநாகத் தகடுகளுக்கு மேலாக வர்ணக் கலவைகள் கொண்டு வரையப்பட்டிருந்த விளம்பரங்களைப் பார்ப்பதற்கென்றே பல்லவன் பஸ்களில் மதராசைச் சுற்றித் திரிந்த காலத்தில்தான் ஜே.பி.கிருஷ்ணா, ஜேம்சு, பிரான்சிஸ், அமுது, ஜி.வி.நாகை, ஜெயராமன் மற்றும் ஆர்ட்லேண்ட் ராஜராஜன், எம்.சி.சேகர் போன்ற சைன் போர்டு ஓவியர்களை நேரில் பார்க்கும் பைத்தியம் பிடித்திருந்தது.

சைன் போர்டுகள் ஃப்ளக்சிற்கு மாறிய பின்பும்கூட - அக்காலத்தின் கைகளைப் பற்றிக் கொள்ள - எனக்கு இன்றும் கூட அதே மனநிலையைப் பின்னோக்கிய காலத்தைக் கொடுத்துச் சென்ற திருவண்ணாமலை அன்புவை எப்படி நினைவின் அடுக்குகளில் வைத்துப் பாதுகாப்பது.

புத்தி பேதலித்த மனநிலையில் நான்கு கட்டை டார்ச் லைட்டை லேண்டன் கண்ணாடிக்குப் பின்னே இழுக்க இழுக்கப் பிம்பங்கள் பெரிதாவதுபோல் அன்பும், தமிழ் டிஜிட்டலும் அக்கால நினைவுகளின் சொற்பங்களைச் சிறிது வெளிச்சத்தில் பெரிதாக்கி விட்டிருக்கின்றன. அன்பு, மறைந்த சுகந்தனின் பாடல் உங்கள் குரலில் எப்பொழுதும் என்னுடன்...

மஞ்சக் காவி

திடீரென்று வெற்றி கூப்பிட்டு இருந்தான்

"டேய் மச்சி ஊட்டி கதை ஞாபகம் இருக்காடா"

"மறக்க முடியுமாடா!"

உரையாடல் தொடர்ந்தது கல்லூரி வாழ்க்கை எல்லாருக்குமே நினைவுகளின் சொர்க்கமாக இருக்கும் எங்களைப் போன்று கிராமங்களிலிருந்து நகரத்திற்கு குறிப்பாக மெட்ராசுக்கு வருவதென்பது - மிகப்பெரிய மாற்றம்.

மதராஸ் கலைப் பள்ளியின் தொடர் சங்கிலியில் நாங்களும் இருக்கிறோம். எல். ராய் சவுத்ரி, கே.சி.எஸ். பணிக்கர், தனபால், சந்தான ராஜ் என்று தலைமை ஏற்ற கல்லூரி எங்களையும் உள்ளே இழுத்துக் கொண்டது. எல்முனுசாமி, ரெட்டப்பநாயுடு, சுல்தான் அலி, விஸ்வநாதன், ஹரிதாசன், வாசுதேவ் என்று மூத்த ஓவியர்களைக் கொடுத்த கல்லூரி. ஆதிமூலம், பாஸ்கர், அல்ஃபோன்சோ அருள்ராஜ், கன்னியப்பன், தட்சணாமூர்த்தி என்று புகழ்பெற்ற ஓவியர்கள் படித்த கல்லூரி.

P.கிருஷ்ணமூர்த்தி, தோட்டா தரணி, மணியம் செல்வன், என்று சினிமாவிற்கும் பத்திரிக்கைத் துறைக்கும் ஓவியர்களைக் கொடுத்ததும் இந்தக் கல்லூரிதான்.

புனைவு 57

மாரிமுத்து என்ற யூமா வாசுகி, எல்லாருக்கும் தெரிந்த எழுத்தாளர் மொழிபெயர்ப்பாளர் எங்களுடைய சீனியர்; இந்தக் கல்லூரியின் மாணவர்.

சினிமா இயக்குனர் கதிர், மனோபாலா என பலபேர் இக்கல்லூரியிலிருந்து சென்றவர்களே. நடிகர் சிவகுமார், பொன்வண்ணன் எனப் பலர் இருக்கிறார்கள்.

இந்தக் கல்லூரியில் பயின்ற சூரியமூர்த்தி, ராமானுஜம், பி.வி.ஜானகிராம் போன்றவர்கள் மிகச்சிறந்த வட்டார நவீனப் போக்கை முன்னெடுத்த ஓவியர்கள்.

சந்துரு கலை வழியே கலகம், அதன்வழி அதிர்ச்சி என்று கலையை வேறொரு முனையில் நின்று மக்களை நோக்கி இழுத்தவர்.

இப்படி சுதந்திர இந்தியாவில் இந்தக் கல்லூரியின் கலை செயல்பாட்டுப் பங்களிப்பை இயக்கம், தனிநபர்கள், அரசியல், பொருளாதாரம், சமூக செயல்பாடு என்று பேசிக்கொண்டே போகலாம்.

89- இல் இருந்து மெட்ராஸ் வழக்கமானதுதான் கல்லூரியில் சேர்ந்த பிறகு மெட்ராஸ் எனக்குப் புதிதாக இருந்தது. சித்ரா, கெயிட்டி திரையரங்கம் தாண்டி கூவம் கரையோரமாகப் பயணப்பட்டால் கல்லூரி வந்துவிடும்.1800களில் கட்டப்பட்ட சிவப்புநிற செங்கல் கட்டிடம், வண்ண கலைப்பிரிவில் முதலாம் ஆண்டு ஒவ்வொரு நாளும் புதிது புதிதாக அனுபவங்கள் குறிப்பாக ஆசிரியர்களின் வழிகாட்டல். ஜி.ராமன், அருளரசன் இருவரும்தான் முதலாம் ஆண்டில் வண்ணக் கலைப் பிரிவை வழி நடத்தினார்கள். பெருமாள் கிராஃபிக்ஸ் எடுத்தார்.

லீலா கணபதியும் எபிநேசரும் கலை வரலாற்றுப் பாடம் எடுத்தார்கள். முதல் இரண்டு ஆண்டுகள்

எல்லாரும் ஒன்றாகத்தான் வாழ்ந்தோம். அடுத்துவந்த மூன்று ஆண்டுகளில் அவரவர் பிரிவிலிருந்தாலும் கல்லூரி அனைவரையும் ஒன்றாகவே இணைத்து வைத்திருந்தது.

இன்று நாகராஜ், வெற்றி, சந்தானம், கிருஷ்ணன் என சினிமாவில் கொடிகட்டிப் பறக்கும் கலை இயக்குநர்களைத் தந்திருக்கிறது. வெற்றி கிரண் என்ற பெயரில் நடிக்கவும் செய்கிறான். வரப்போகும் தர்பார் படத்திற்குச் சந்தானம் கடுமையாக வேலை செய்து கொண்டிருக்கிறான்.

அபராஜிதன், கார்த்தி, சத்யன், ஆறுமுகம், தக்ஷிணாமூர்த்தி, பூபதி, கவியரசு சண்முகம், பாலாஜி, கௌதமன், சரவணன், கிருஷ்ணசாமி, ஷ்யாம், சங்கர், விவேக், பாலமுருகன், சுந்தர் என்று வண்ணக் கலை பிரிவு களை கட்டும். பலரும் இன்று அனிமேஷனில் உச்சத்தில் இருக்கிறார்கள். அபராஜிதன், கிருஷ்ணசாமி இருவரும் ஊரறிந்த ஓவியர்கள்.

தட்சிணாமூர்த்தியின் பேனர் ஆர்ட் பற்றி ஸ்பெயினிலிருந்து ஒரு புத்தகம் வந்திருக்கிறது. மோகன் ஆர்ட்ஸ் சாய் ஆர்ட்ஸ் என்று பேனர் கலாச்சாரம் உச்சத்திலிருந்த காலத்தில் அதன்மேல் கனவோடு இருந்தவன் தக்ஷிணாமூர்த்தி.

விவேக் கோவில்பட்டிக் காரன். கோணங்கியின் சிஷ்ய கோடி. இரண்டாயிரத்தில் அனிமேஷனில் அதிக சம்பளம் வாங்கியவன் அவன்தான், தனியாக கம்பெனியும் நடத்தினான் எல்லாவற்றையும் தூக்கித் தூரப் போட்டு விட்டு கோவில்பட்டியில் நிலம் வாங்கி விவசாயம் செய்து கொண்டிருக்கிறான்.

ஞானபூமி பத்திரிகையை யாரும் மறந்திருக்க

மாட்டோம் அப்படியான ஆன்மீக இதழ்களில் காலண்டர்களில் ஓவியர் மணிவேல் படங்கள் பிரபலம். அவருடைய பையன்தான் ஆறுமுகம். ஆறுமுகத்தின் தாத்தாவும் மிகப்பிரபலமான சுதை வேலைக்காரர். இன்றைய நாகப்பட்டினம் மாவட்டம் சிக்கல் பக்கம் தான் அவர்களுடைய ஊர். ஆறுமுகம் இப்பொழுது பெங்களூரில் மிக முக்கியமான வி.எஃப்.எஸ் காரன்.

புரிசை கண்ணப்பத் தம்பிரான் பேரன் தான் கார்த்தி. கூத்துப்பட்டறையில் முக்கியமான பயிற்சியாளனாக இருந்தவன். இப்பொழுது பிரபலமான பொன்னியின் செல்வன் நாவலை கிராபிக்ஸில் செய்து முடித்திருக்கிறான். ஸ்கிரிப்டும் அவனேதான் வந்தியத்தேவன் ஆதார் கார்டு வைத்திருப்பதாக ஓர் இடத்தில் வருகிறது கார்த்தியின் கைவண்ணமே.

இப்படி ஒவ்வொருவருமே ஒரு ஒரு பின்புலத்திலிருந்து வந்து வண்ணக் கலை பயின்று வெவ்வேறு துறைகளில் கொடிகட்டிப் பறக்கிறார்கள்.

நான்கைந்து பேர் ஐரோப்பாவில் செட்டிலாகி விட்டார்கள். ஜோயல் தில்லியில் இருக்கிறான். மோகனுக்கு ஹைதராபாத்தில் வாழ்க்கை. அருள் நெய்வேலியில் புகைப்படக் கலைஞன். சங்கர் மதராஸ் கலைப்பாணியில் வந்த அத்தனை ஓவியர்களுக்கும் சட்டகம் செய்து கொடுத்த ஆறுமுகத்தின் பையன். சுந்தர் மறக்க முடியாத நண்பன் இப்பொழுது அவன் இல்லை என்பதை நினைக்க முடியவில்லை. இப்படிச் சொல்லிக்கொண்டே போகலாம்.

23 ஆண்டுகளுக்குப் பிறகு எல்லாரும் ஒரே இடத்தில் கூடுவது எத்தனை பெரிய மகிழ்ச்சி. வெற்றிதான் முழு முயற்சியும் எடுத்தான். முதலில் சொன்ன ஊட்டி கதை

மாத்திரமல்ல, சந்திப்பில் நினைவு கூரப்பட்ட எந்தக் கதையையும் இங்கு பகிர்ந்து கொள்ள முடியாது.

அத்தனையும் பாலியல் அனுபவக் கதைகள். எங்களுடைய கதைகளை நீங்கள் வேறு எங்கும் கேட்டு இருக்கவும் முடியாது.

ஒவ்வொருவருக்குமான பாலியல் அனுபவம் என்பது கல்லூரியில் அதற்கு முன்பே துவங்கி இருக்கலாம் வெளிப்படையாக அதைச் சொல்வதற்குத் தைரியம் வேண்டும். 23 ஆண்டுகளுக்குப் பிறகும்கூட நேற்று போல இருக்கிறது வாழ்க்கை. எல்லாருக்குமே பிரிய மனமில்லாமல் பிரிந்து வந்தோம் இரண்டு நாட்கள் கால எந்திரம் எங்கள் எல்லோரையும்

தொண்ணூறுகளின் துவக்கத்தில் அழைத்துப்போய் விட்டுவிட்டது.

கல்லூரிக் கால நினைவுகள் எல்லாம் என்றும் அழியாதவை.

உடலுக்குத்தான் வயது, மனதுக்கு இல்லை என்பதை அனுபவப்பூர்வமாக உணர்ந்த நாள் இன்று.

படாதபாடு

திருவண்ணாமலையில் சுற்றிக் கொண்டிருக்கிறேன். நேற்று 30 கிலோமீட்டர்கள் காட்டில் திரிந்தோம். யார் கண்ணிலும் படாமல் இப்படி ஒரு வனாந்தரம் இருப்பது ஆச்சரியமாக இருந்தது. 1300 ஆண்டுகள் பழமை வாய்ந்த பல்லவர்கால ஓவியத்தைப் பல ஆண்டுகளுக்குப் முன் பார்த்திருந்தாலும் மீண்டும் பார்க்கும் வாய்ப்பு கிடைத்தது.

அருணை புக்ஸ் போயிருந்தேன் கைவசம் இருந்த ஒரு சிறுகதைப் புத்தகம் யாரோ கேட்டார்கள் என்ன கொடுத்துவிட்டேன், வாங்கிக் கொள்ளலாம் என்று 'சார் அந்த புக்கு கிடைக்குமா சிரித்துக்கொண்டே "என்ன புக்கு சார் அது, பிரமாதம். நானே ரெண்டு மூணு வாசகர்கள் கிட்ட போன் பண்ணிச் சொன்னேன். அவ்வளவுதான் ஜட்ஜ், கலெக்டர் அப்படின்னு ஏகப்பட்ட பேரு அந்த புத்தகத்தைக் கேட்டு நானும் வர வச்சுக் கொடுத்து நேத்து தான் சார் தீந்து போச்சு, ஆடர் போட்டிருக்கேன் வந்துரும்" என்று சொன்னார்.

ஒரு புத்தகம் அதன் வெளியீட்டு விழாவிற்குப் போன போது வாங்கிவந்தது.

கூட்டம் நடத்தும் போது கோகிலன் அதை வாங்கிச் சென்றார்.

கவிதாவிடம் கேட்டுக் கஷ்டப்பட்டு ஒரு புத்தகம்

வாங்கி வைத்திருந்தேன் அதுவும் களவு போய்விட்டது.

சுகனிடம் சொல்லி தி.நகரிலிருந்து வாங்கிவந்து கொடுத்தார் இரண்டாவது நாளே அதுவும் காணாமல் போய்விட்டது.

திருவண்ணாமலை கிளம்பும் அவசரத்தில் ஒரு புத்தகத்தை வாங்கிக்கொண்டு கிளம்பினேன். வரும் வழியில் ஒரு டீ கொடுத்து கவிஞர், 'இதை நான் எடுத்துக்கிறேன்பா' என என் பதிலுக்குக் காத்திராமல் எடுத்துக் கொண்டுவிட்டார்.

இப்போ எனக்கு அந்த புத்தகம் வேண்டும்: வாங்குவதா, திருடுவதா எப்படியாயினும் என் கைக்கு வந்த பிறகு எப்படிப் பாதுகாப்பது.

ஒரு முடிவுக்கு வந்துவிட்டேன் புத்தகத்தை வாங்கி அட்டையைக் கிழித்து விட்டு வேறொரு அட்டையை ஒட்டி வைத்துக்கொள்ள வேண்டும் என்பதுதான் இன்றைய காலை முடிவு.

காரல் மார்க்சின் 'ராக்கெட் தாதா' படாதபாடு படுத்துகிறது.

கலைச் செயல்பாடுகளின் நாற்றங்கால்

அப்பா சிறுவயதில் என்னைத் தோளில் தூக்கி திருவண்ணாமலை மலைப்பாதையில் சுற்றி வந்திருக்கிறார். பிறகு பலமுறை திருவண்ணாமலை சென்று தங்கியிருக்கிறேன்.

குறிப்பாக 15 பைசா போஸ்ட் கார்ட் எழுதிப் போட்டால் சாப்பாடும் தங்கும் இடமும் இலவசமாகத் தருவார்கள். அப்படித்தான் என்னுடைய சிறு வயதுப் பயணங்கள் அமைந்தன.

ஒரு முறை ஜெயந்தன் புத்தகங்களைப் பதிப்பிக்க நானும் சீராளனும் திருவண்ணாமலைச் சென்றிருந்தோம்.

அதற்கும் முன்பாக புதிய பார்வையில் இருந்த சுந்தரபுத்தன் வழி திருவண்ணாமலைப் பயணம் அமைந்திருந்தது.

பிறகு ஒரு முறை கரிகாலனோடு அமைந்த 'சிவ ராத்திரி' பயணம் மறக்க முடியாது.

ஓர் ஊருக்குப் பயணம் போன நினைவிலிருந்து பல செய்திகளை என்னால் அசைபோட முடிகிறது. பல நண்பர்களையும் நினைத்துக் கொள்ள முடிகிறது.

செட்டியார் கடை, கருப்பையா மெஸ், ஃபேமஸ் டீக்கடை, ஸ்டார் ஹோட்டல் திருவூடல் தெரு எனத் திருவண்ணாமலையின் ஸ்ட்ரீட் புட் ஒவ்வொன்றும் ஒரு ருசி.

திருவண்ணாமலை முற்போக்கான கொள்கைகளை உயர்த்திப் பிடிக்கும் வேளையில் திராவிட இயக்க கருத்தியலும் ஆழ்ந்து பின்பற்றப்படும் ஊர்.

திராவிட இயக்கத் தலைவர்களில் ஒருவரான பாவூர் சண்முகம் வாழ்ந்த ஊர் திருவண்ணாமலை, திராவிட இயக்கக் கொள்கைகளில் பிடிப்போடு இருந்த பாவு சாவைச் சரியாகப் பதிவு செய்யாமல் விட்டுவிட்டார்கள் என்று நினைக்கிறேன்.

இருபது ஆண்டுகளுக்கு முன் கலை இலக்கிய இரவு; அதைத் தொடர்ந்து ராமகிருஷ்ணன், கோணங்கி, லெனின், பாரதி கிருஷ்ணகுமார், கருப்பு கருணா, பவா செல்லதுரை, ஜெயஸ்ரீ, பிரளயன், ஷைலஜா, வெண்ணிலா, ஓவியர் பல்லவன், அன்பு, சந்துரு, கவிஞர் ஃபீனிக்ஸ் எனப்பலரும் கலை இலக்கியம் சார்ந்து தீவிரமாக இயங்கிய களம், இன்று நமக்கு அந்த நாற்றங்காலிலிருந்து பெரு விளைச்சல் கிடைத்திருக்கிறது என்று நம்புகிறேன்.

சினிமா நடிகர் ரஜினிகாந்தும், சினிமா இசையமைப்பாளர் இளையராஜாவும் ஸ்ரீரங்கம் ராஜகோபுரம் திருப்பணிக்கு ஒரு கோடி ரூபாய் கொடுத்த பிறகு திருவண்ணாமலை கிரிவலப்பாதை செப்பனிட்டு விளக்குப் போட்டுக் கொடுத்தார்கள் அன்றிலிருந்து மக்களிடம் திருவண்ணாமலை ஆன்மீக சுற்றுலாத் தளமாக மாறிப் போனது நினைவுக்கு வருகிறது.

உலகின் பல பகுதிகளோடு ரமணாஸ்ரமம் தொடர்பு கொண்டு ஆன்மீகப் பணியைச் செய்து வருவதால் திருவண்ணாமலை பல நாடுகளிலிருந்தும் மக்கள் வந்து தங்கி வாழும் பகுதியாக இன்றும் இருக்கிறது.

புகைப்பட நிபுணர் அபுல், ஓவியர் காயத்ரி காம்யூஸ், எனச் சர்வதேசப் புகழ் பெற்றவர்கள் வாழும் இடமாகவும் திருவண்ணாமலை திகழ்கிறது.

எனது அன்புக்குரிய சிறுகதை ஆசிரியர் எஸ்கேபி கருணா, அன்பு நண்பர்கள் கார்த்தி அண்ணன், முருகன், சபி, கிருஷ்ணமூர்த்தி, ஜெய் எனப் பலரும் இலக்கிய ரசனையோடு செயல்பட்டு வருகிறார்கள்.

திருவண்ணாமலையின் அரசியல் களம் என்பது திராவிட இயக்கம் சார்ந்தது அதன் இன்றைய காப்பாளர்களாக மதிப்புக்குரிய மேனாள் அமைச்சர்கள் பிச்சாண்டி, வேலு, அக்ரி கிருஷ்ணமூர்த்தி போன்றவர்கள் இருக்கிறார்கள்.

மிகக் குறிப்பாகத் தெருக்கூத்து இன்றும் அழியாமல் இருக்கும் பிரதேசம் திருவண்ணாமலை.

மறைந்த பழனிவேல் ஊரில் இருக்கும் காம சித்திரைக் குளம் தொன்மை அடையாளங்களில் ஒன்று.

விழுப்புரம் திருவண்ணாமலை பாதையில்தான் கற்கால மனிதர்கள் வாழ்ந்த அடையாளங்களில் ஒன்றான இடுகாடு இருக்கிறது.

ஆர்.ஆர்.சீனிவாசனுக்கு மிகவும் பிடித்த பிரஸ்கோ ஓவியங்கள் காணப்படும் இடங்களும் திருவண்ணாமலை சுற்றிய இடங்களில்.

ஜெயின மத எச்சங்கள் கீழ்வாலை ஓவியங்கள் என வரலாற்றுச் சான்றுகள் கொட்டிக்கிடக்கின்றன.

கலை செயல்பாடு, வரலாற்று ஆய்வு, பிரச்சார இயக்கம், மாற்று சினிமா, திராவிட இயக்க முன்னெடுப்பு, ஆன்மீகம், காடு, காட்டுயிர், பறவை

காதலர்கள், பழங்குடி மக்கள், கூத்துக் கலைஞர்கள், பறை இசைக் கலைஞர்கள், பதிப்பகங்கள், பழமையான டேனிஷ் மிஷனரிகள் எனத் திருவண்ணாமலையில் புரிந்துகொள்ள உள்வாங்க அசைபோடக் கற்றுக்கொள்ள அனுபவிக்க இந்த ஒரு காலம் போதாது என நினைக்கிறேன்.

இன்று இரவு திருவண்ணாமலைக்குப் போகிறேன் மூன்று நாள் அங்கு இருக்கப் போவதை நினைக்கும் பொழுது மனம் சந்தோசம் அடைகிறது அத்தனை நினைவுகளையும் இங்கு எழுதிவிட முடியாது தொடர்ந்து பயணங்களில் மட்டுமே கரைத்துக் கொள்ள முடியும்.

சந்திப்போம்.

■

சின்ன குஞ்சும் விநாயகர் சதுர்த்தியும்

இன்று விநாயகர் சதுர்த்தி, வாழ்த்துகள் என்று பதிவிட்டேன்.

எங்கள் ஊரில் மறைந்த நடிகர் கராத்தே மணி தோற்றத்தை ஒத்த ஓர் அண்ணன் எங்கள் சிறுவயதில் வாழ்ந்தார் அவருடைய பெயர் சின்ன குஞ்சு.

தஞ்சாவூர் ஜில்லாவில் இப்படியான பெயர்கள் அதிகம் புழங்கும்.

முகநூல் நண்பர் எஸ்தரும், நண்பரும் பதிப்பாளருமான வேடியப்பன் இருவரும் வேடிக்கைக்காக சில பின்னூட்டங்களை எழுதினார்கள்.

முதலில் யானை எலி மேல் ஏறுமா என்று வினவ நான் surrealism பற்றிக் கேட்கிறார்களோ என நினைத்து யானையைக் குழந்தையாக உருவகப் படுத்தினால் எலியை என்னவாக உருவகப்படுத்துவீர்கள் எனக் கேட்டேன்.

எஸ்தர் பதிலுக்கு எலிக்குஞ்சு எனப் பதிலளித்தார்.

இப்படி பெரும்பான்மையான மக்களின் நம்பிக்கையைக் கேலி கிண்டல் வழி அல்லது அறிவியல் பூர்வமாகச் சிந்திக்க வைப்பது அவர்களுடைய நோக்கமாக இருக்கலாம் என நினைத்து இது ஆபாசமாக இருக்கிறது என்று பதிவிட்டேன்.

ஆண் எலியாகத்தான் இருக்க வேண்டுமா பெண் எலியாக இருக்கக் கூடாதா? என்று வேடியப்பன் கேட்கிறார்.

ஓர் உதாரணத்துக்கு நண்பர்களின் பின்னூட்டத்தைப் பயன்படுத்துகிறேன். பொதுவெளியில் இதுபோல் பல பின்னூட்டங்கள் காணக் கிடைக்கின்றன.

இன்று வாக்கு வங்கி அரசியலில் இருப்பவர்களைத் தவிர மற்றவர்களுக்குச் சுதந்திரம் இருக்கிறது கருத்துச் சொல்ல. பெரும்பான்மையான மக்களை அவர்களுடைய நம்பிக்கையைக் கேலி பேசவும் சுதந்திரம் இருக்கிறது. மதநம்பிக்கை அல்லது சாதிய சடங்குகளைப் பின்பற்றுவது தனிமனித சுதந்திரம்.

அப்படியான மனிதர்களை வேறு பாதையில் திருப்புவதற்கு அல்லது நண்பர்கள் முன்னெடுக்கும் கொள்கை வழி கவர்ந்து இழுக்க இப்படியான பகடி பயன்படுமா என எனக்குத் தெரியவில்லை.

அல்லது தாங்கள் என்ன மாதிரியான வாழ்வியலை வைத்திருக்கிறோம் என்று மற்றவர்களுக்குத் தெரிவிக்க இப்படிப் பேசுவது பயன்படும் என நண்பர்கள் நினைத்திருக்கலாம்.

இன்றைய தினம் அரசாங்கம் விடுமுறையை அறிவித்திருக்கிறது.

இஸ்லாமியர்களுக்கும் கிறிஸ்துவர்களுக்கும் ஜைனர்களுக்கும் சீக்கியர்களுக்கும் அவர்களுடைய மதங்களில் பின்பற்றப்படும் வழிபாட்டுத் தினங்களுக்கு விடுமுறை தருவது போலவே இந்து மதத்தைப் பின்பற்றுபவர்களுக்கும் விடுமுறை என்ற கொள்கையை அரசு கடைப் பிடிக்கிறது எனச் சொல்லமுடியுமா?

புனைவு

சிறுபான்மை குறிப்பாக மத சிறுபான்மை மக்களின் நம்பிக்கைகளை வழிபாட்டைக் கேலி பேசி அவர்களை முற்போக்கான கடவுள் மறுப்பாளர்களாக மாற்ற நண்பர்கள் எத்தனை பேர் என்னென்ன வழிகளில் முயற்சித்திருக்கிறார்கள் என்ற கேள்வியும் எனக்குத் தோன்றுகிறது.

பெண்களிடம் கண்ணியக் குறைவான வார்த்தைகளில் பொதுவெளியில் பேசினால் அல்லது எழுதினால் இத்தனை சகஜமாக எடுத்துக் கொள்வார்களா என என்னால் உறுதியாகச் சொல்ல முடியாது.

ஆனாலும் சகஜமாக எடுத்துக் கொள்பவர்கள் நட்போடு இருப்பதை நான் பார்த்திருக்கிறேன்.

ஒரு சிறிய குழுவுக்குள் நடக்கும் விவாதங்கள் வெளிப்படையாக அல்லது எஸ்தர் சொல்வதுபோல் நிர்வாணமாக இருக்கலாம் அதுவும் ஒத்த சிந்தனையுடைய குழுவாக இயங்கும் போக்கில் சாத்தியமே.

நிர்வாணம் அல்லது மகா நிர்வாணம் பௌத்தமதம் தொட்டு இன்றுவரை பேசப்படுபவையே.

எப்படியாகிலும் கவனயீர்ப்பு தன்முனைப்பு சுயதம்பட்டம் பிரச்சாரம் போன்றவற்றைக் கண்ணியத்தோடு கையாண்டால் எவர் மனமும் புண்படாமல் இலக்கை அடையும் முயற்சி ஒருவேளை நண்பர்களுக்கு வெற்றியைக் கொடுக்கலாம்.

இதுபோன்ற பகடிகள் முகச்சுளிப்பை ஏற்படுத்தும், பெரும்பான்மை மக்களிடம் தங்களைத் தனித்துக் காண்பிக்கப் பயன்படாமல் போகலாம்.

கலகம், புரட்சி, மாற்று, முற்போக்கு வாழ்வியல்

போன்ற எல்லா வார்த்தைகளும் இதுபோன்ற செயல்பாடுகளால் மலினப் பட்டுப்போய் நகைப்புக்கு உரியதாகவோ அல்லது நகைப்புக்குரியவர்களாகவோ அடையாளப் பட்டுப் போகும் அபாயம் இருக்கிறது.

குறிப்பாக மாற்று மதத்தினர் இக் கருத்துகளை முன்வைக்கும் பொழுது கலகம் பிறப்பதற்குப் பதில் கலவரம் தூண்டப்படலாம். கலவரத்தால் யாருக்கு என்ன பயன்.

கலைப் புரிதலும் விவாதமும் அற்று என்ன சாதிக்க இப்படியான பின்னூட்டங்களை நண்பர்கள் ஊக்கப் படுத்துகிறார்கள் என யோசித்துக் கொண்டிருக்கிறேன்.

தெரிந்தவர்கள் தெளிவுபடுத்துங்கள்.

வாசிப்பு

கல்பட்டா நாராயணன் மலையாளத்தில் எழுதிய நாவல் 'சுமித்ரா'. தமிழில் கே.வி. ஷைலஜா.

பலமுறை வாசித்து இருந்தாலும் இப்பொழுது வாசிக்கும் பொழுது புதிதாக இருக்கிறது. அச்சுக்குப் போவதற்கு முன் வாசித்திருக்கிறேன்.

'சுமித்ரா' மொழிபெயர்ப்பு நாவலுக்குப் படங்களும் வரைந்திருக்கிறேன். ஷைலஜா என்னுடைய படங்களிலிருந்து ஒன்றைத் தேர்வு செய்து அட்டையில் வைத்திருப்பார். வாசிப்பு எப்பொழுதுமே புதிய புதிய கதவுகளைத் திறந்து கொண்டே இருக்கும்.

'அறம்' சிறுகதைத் தொகுப்பும் அப்படித்தான். ஜெயமோகனின் 'விஷ்ணுபுரம்' நாவல் வந்த புதிதில் முதல் பதிப்பு வாங்கிப் படித்திருக்கிறேன். அதன் பிறகு ஒருமுறை கூட படித்த ஞாபகம் இருக்கிறது.

ஜெயமோகனின் நாவல்கள் வந்தவுடன் வாங்கிப் படிப்பது வழக்கம். பா.வெங்கடேசன் எழுதிய பாகீரதியின் மதியம், தாண்டவராயன் கதை இரண்டுமே எனக்கு மிகவும் பிடித்தமானவை.

காரல் மார்க்சின் 'ராக்கெட் தாதா' சிறுகதைத்தொகுப்பு படித்தபிறகு. இப்பொழுது அவருடைய மற்றொரு தொகுப்பான 'வருவதற்கு முன்பிருந்த வெயில்' படித்துக்கொண்டிருக்கிறேன்.

இப்படி முப்பது ஆண்டுகளுக்கும் மேல் நேரம் கிடைக்கும் பொழுதெல்லாம் அல்லது படிப்பதற்காகவே நேரத்தை உருவாக்கிப் படிக்கும் பழக்கம் இயல்பாக என்னிடம் இருக்கிறது.

ஒருவகையில் பாட்டியும், அப்பாவும் தான் இதற்குக் காரணம். தஞ்சாவூர் ஜில்லா மனநிலையும் வாய்க்க வேண்டும். சுகமான வாசிப்பு அனுபவம் பற்றிப் பகிர்ந்துகொள்ள ஒரு குழுவை ஆரம்பித்து ஓராண்டாக நடத்திவருகிறார்கள். 'வாசிப்போம்; தமிழ் இலக்கியம் வளர்ப்போம்' குழுவினர்.

வாசிப்போம் - தமிழ் இலக்கியம் வளர்ப்போம்.

வாசிப்புப் பழக்கம் தொடர நம்மிடம் நேர நிர்வாகம் இருந்தால் போதும் என நான் நினைக்கவில்லை. எதை வாசிப்பது எப்படி வாசிப்பது என்று யாராவது சொல்லிக்கொண்டே இருந்தால் வாசிப்பவருக்குத் தூண்டுதலாக இருக்கும் என்பது ஒரு பார்வை.

கொஞ்சம் கொஞ்சமாக வாசிப்பு பழகிவிட்டால் தொடர் செயல்பாடுகளில் ஒன்றாக அன்றாட வாழ்வில் கலந்துவிடும். புத்தகங்களை அறிமுகம் செய்து வாசிக்கத் தூண்டும் குழுவினை ஓராண்டாக நடத்துபவர்களுக்கு என் வாழ்த்துக்கள்.

எல்லாருடைய பங்களிப்பும் இந்தக் குழுவில் இருக்கிறது. புத்தகங்களை நேர்த்தியாகப் பரிந்துரைக்கிறார்கள். பரிந்துரைக்கும் விதம் படிக்கத் தூண்டுகிறது. படிக்கும் புத்தகங்கள் படிப்பவருக்கு வளம் சேர்ப்பவை.

எப்பொழுது மொழி தனக்குள்ளே வரலாற்றை ஆதாரங்களோடு எழுதிப் பார்க்கிறதோ அப்பொழுது...

வரலாறு எப்பொழுதெல்லாம் சமகாலத்தின் நடப்பைப் பதிவு செய்கிறதோ அப்பொழுது...

சமகாலத்தின் நடப்பு செய்திகளின் அடிப்படையை மீறி ஆவண மதிப்பைப் பெறுகிறதோ அப்பொழுது....

ஆவண மதிப்புச் செயல்பாட்டில் மனித மனங்களில், சிந்தனையில் இருக்கிறது என்று சொன்னால், அது எந்த மதிப்பையும் பெறுவதற்குத் தகுதி உடையது அல்ல.

உயிர்களின் செயல்பாடும் மனிதனின் விஞ்ஞானமும் சேர்ந்து மெய்ஞான தத்துவ மரபினை உருவாக்கும் சிந்தனைகள், தற்கால மதிப்பினை மொழிக்குத் தர வல்லமை கொண்டவை.

மொழி தன்னைத் தானே புதுப்பித்துக் கொள்ள மனித சிந்தனையைப் பயன்படுத்துகிறது. பகுத்தறிவு, விஞ்ஞானம் இரண்டும் கேள்விகளால் இடைவெட்டி மானுட வாழ்வியலின் இருப்பை, தர்க்கத்தை வெளிக் கொணரும் வேலையை மொழி வழி செய்வது வாசிப்பின் அனுபவம்.

வாசிப்பானது மனிதனின் சிந்தனையை மேன்மை படுத்தி, சமூகத்தை உருவாக்கி உலகின் மேன்மையான மனிதநேயத்தை அன்பை விதைப்பது. அன்பின் வழி நின்று உரிமைகளைக் காத்து உலகை உய்விக்கும் உரிமையைச் சுதந்தரமாகப் பெற்றுத் தருவதில் மொழியும், வாசிப்பும் முதன்மையானவை. வாசிப்புக்கு மொழியும் மொழிக்குச் சொல்லும் முதன்மையானது.

தமிழ் மொழியின் தொன்மையான சொல் 'பரிசாரகன்' என்று இருந்தால் தஞ்சாவூர் ஜில்லாவில் வழக்குச் சொல் 'ஓசாரண செய்பவன்' என்று இருக்கும்.

உபசாரம் என்று எழுத்து வழக்கில் இருக்கும்.

சமீபத்தில் படித்த புத்தகங்கள் என்னைப் பல சொற்களைத் தேடிப் பயணிக்கத் தூண்டின. பெருமாள் முருகனின் பூனாட்சி, சுகுமாரனின் பெருவலி, காரல் மார்க்சின் ராக்கெட் தாதா. இம்மூன்றும் வெவ்வேறு நிலப்பரப்பு சார்ந்த புத்தகங்கள்.

பொது மொழி அல்லது கவிதை மொழி என்பன சுகுமாரனின் புனைவில் கிடைப்பவை. கொங்கு மண்டலத்தில் குறிப்பாக நாமக்கல் வட்டாரத்தில் புழங்கும் குறிப்பிட்ட சாதி மொழியை பெருமாள்முருகன் யதார்த்த பாணியில் கையாண்டிருப்பார்.

காரல் மார்க்ஸ் தஞ்சாவூருக்கு மேற்கே காவிரியின் தென்கரை பகுதிகளில் உலாவும் மொழியோடு அவர் காலத்தில் கலந்து கட்டி எழுதப்படும் சமூக ஊடக மொழியைச் சரிவிகித கலவையாகக் கலந்து எழுதி இருப்பார்.

40,50,60 என வயதில் இருக்கும் மூவரும் பத்து பத்து ஆண்டுகளில் மொழியை எப்படி எல்லாம் கையாண்டு பார்த்து இருக்கிறார்கள் என்பதை வாசகன் அனுபவித்ததை இங்கே வாசிப்பின் மூலம் கண்டடைந்த அனுபவம் எனச் சொல்லலாம்.

ரசிகமணி காலத்து உரைநடை, லூசிஃபர் ஜெ வயலட் எழுத வந்திருக்கும் தற்கால மொழிநடை இரண்டுமே வாசகனுக்கு வாசிப்பு அனுபவமாகக் கிடைத்தவையே. நல்ல வாசிப்பு பகுத்துப் பார்க்கும்.

புனைவை, புனைவு அல்லாதவற்றை, கவிதையை, கவிதை அல்லாதவற்றை, கட்டுரைகளை, கட்டுக்கதைகளை எனத் தரம் பிரிக்கும் செய்திகளில் இருக்கும் உண்மைகளைப் பகுத்துப் பார்க்கும்.

செய்திகளுக்குப் பின் இருக்கும் அரசியலைத் தொட்டு உணர்த்தும். மொழியின் அழகியலை அறிந்து கொள்ள முடியும். இலக்கியத் தரத்தைச் சுலபமாகக் கண்டடையும்.

நல்ல வாசிப்பு வாசகனுக்கு நல்ல அனுபவத்தைக் கடத்தும். வாசிப்பு அனுபவம் வாழ்வில் சமநிலையை ஸ்திரப்படுத்தும்.

ராஜேந்திர பட்டினம்

வரலாற்றில் இதன் காலப்பெயர் திருஎருக்கத்தம்புலியூர்.

அப்படி என்ன சிறப்பு இந்த ஊருக்கு? தமிழில், தமிழ் இசைக்குப் பண் அமைப்பது இன்றைக்கு ஓர் அரிய செயலாக அல்லது நாங்களும் தமிழில் தொடர்கிறோம் என்ற தொனியிலிருந்து வருவது என்பது நாம் அறிந்ததே.

ராஜா சர் முத்தையா செட்டியார் தமிழ் மன்றம், தமிழிசையை வகை செய்த ஆங்கிலேய அரசுக்கு முந்தையது.

ஞானசம்பந்தர் காலத்தில் அவருடன் வாழ்ந்த பாணர் திருநீலகண்ட யாழ்ப்பாணர். தன் யாழிசையால் இறை சேவையை இசையால் செய்தவர். அவரின் மனைவி மதங்க சூளாமணியும் அவருடன் இணைந்து பதிகம் பாடியவர். எட்டாம் நூற்றாண்டில் பதிகம் பாடிய இறையடியார்களான அவர்கள் வாழ்ந்த ஊர்தான் திரு எருக்கத்தம்புலியூர் என்கிற ராஜேந்திர பட்டினம்.

பயணத்தின் போது இந்த ஊரைக் கடந்து வந்த கவிஞர் அம்பலவாணன். வெண்ணிலா, வரலாற்று ஆய்வாளர் முத்தையா ராஜேந்திரனும் ஊரின் பெயரைப் பார்த்து வண்டியை நிறுத்தி இருக்கிறார்கள்.

வெண்ணிலாவுக்குப் பத்தாம் நூற்றாண்டில் வாழ்ந்த இறையடியார், நம்பியாண்டார் நம்பி தொகுத்த தேவார

பதிகங்களுக்குப் பண் அமைத்துக் கொடுத்த, இன்று வரை கோயில்களில் பாடப்படுகிற தேவாரப் பாடல்களுக்கு இசை வடிவம் கொடுத்த திருஎருக்கத்தம்புலியூர் நங்கையின் நினைவு வர அவருடைய வீட்டைத் தேடி இருக்கிறார். நங்கை மதங்க சூளாமணியின் குடும்ப வழி வந்தவர்.

கோயிலுக்கு அருகிலிருந்த மரத்தருகில் இருந்த அய்யாவு என்ற வயோதிகர் தான் அமர்ந்திருந்த கல்லைத் துண்டால் துடைத்து இவர்களை அழைக்க அவரிடம் விவரம் கேட்டிருக்கிறார்கள்.

மிக அழகாகத் தொன்மக் கதைகளை திருஎருக்கத்தம்புலியூர் கோவிலின் கதைகளைக் கூறி கோவிலில் இன்றும் நாலு ஏக்கர் நிலம் திருஎருக்கத்தம்புலியூர் திருநீலகண்ட யாழ்ப்பாணர் பெயரில் இருப்பதைச் சொல்லி, அவருடைய வீடு இன்றும் இருக்கிறது என்று சொல்லி அந்த வீட்டிற்கு அழைத்துச்சென்று காட்டியிருக்கிறார்.

எத்தனை தொன்ம அடையாளங்கள் நம்மிடம் கொட்டிக்கிடக்கின்றன.

ஏறக்குறைய 1300 வருடங்கள் முன்பு வாழ்ந்த ஒருவரை நிகழ்காலத்தில் உள்ள ஒருவர் அடையாளம் காட்டுகிறார். வரலாற்றை நினைவுகளின் சேகரமாக வைத்திருந்து அடுத்த தலைமுறைக்குக் கடத்துகிறார்.

வரலாறு கல்வெட்டுகளில், செப்பேடுகளில், கோவில்களில் வாழ்வதைவிட மனிதர்களின் நினைவுகளில் வாழ்கிறது.

தமிழுக்குக் கவிதை, கவிதைக்குச் சைவ குரவர்களின் பங்களிப்பு, அதில் பண் அமைத்துப் பாடும் முறைமை,

அதன் முன்னோர் என நாம் கொண்டாட வேண்டிய எல்லாம் எங்கோ தூசு படிந்து கிடக்கின்றன.

அடையாளங்கள் காக்கப்பட வேண்டும்.

இன்று நம்மிடம் இருக்கும் அய்யா 'அய்யாவு' போல அவரவர் ஊரிலும் பலர் இருக்கக் கூடும். முதலில் அவர்களை வணங்குவோம்.

அவர்கள் வழி கிடைக்கும் பண்பையும் வரலாற்றுத் தகவல்களையும் தொன்மை அடையாளங்களையும் காப்பாற்றுவோம்.

வருங்காலத் தலைமுறைக்கு நம்முடைய பழமையான நாகரிகத்தைக் கற்றுத் தருவோம்.

∎

நம்பிக்கை

தமிழ் தி இந்து திசை செய்தித்தாளுக்கு சனவரி மாதம் ஆண்டுச் சந்தா கட்டினேன். இன்றுவரை ஒரு பத்திரிக்கை கூட வீட்டிற்கு வரவில்லை. காமதேனு புத்தகத்திற்கும் கட்டினேன் ஆண்டுச் சந்தா.

ஒரு புத்தகமும் கண்ணில் பார்க்கவில்லை. யாரிடம் கேட்பது. இந்தப் பத்திரிக்கைக்கு அலுவலகம் இருக்கிறதா. சந்தாவை நிர்வகிப்பவர்கள் தொலைபேசி எண் இருந்தால் யாராவது கொடுத்து உதவுங்கள். எட்டு மாதமாகப் பத்திரிகை படிக்காமல் இருப்பது நன்றாகத்தான் இருக்கிறது. காபி குடிப்பதை விட்டொழிக்க முடியவில்லை. முடிந்தவரை தினப் பத்திரிகை படிக்காமல் ஆவது இருக்கலாம். பணம் கட்டியாச்சு பேப்பர் வரல.

இனிவரும் காலங்களில் பத்திரிகைகளின் செயல்பாடு மக்களின் அன்றாட துன்பங்களிலிருந்து அவர்களை விடுவிப்பதாக இருக்கும் என்ற நம்பிக்கையை இந்து பத்திரிக்கை எனக்குத் தந்திருக்கிறது. ஆண்டுதோறும் இதற்காகவே நான் சந்தா செலுத்துவேன். நன்றி தி இந்து தமிழ் திசை.

★

யாரு கண்ணுல பட்டுச்சோ, யார் யாரோ பேசினார்கள், நாளையிலிருந்து தொடர்ந்து பேப்பர் போடுவதாகச் சொல்லியிருக்கிறார்கள்.

ஐந்து மணி நேரத்தில் பேப்பர் வீட்டிற்கு வந்தது.

∎

மெட்ராஸ் தாதா

ஒரு புத்தகத்திற்காகச் சுகனுடன் பேசிக் கொண்டிருந்தேன். பழைய ஞாபகங்களை எல்லாம் தூண்டிவிட்டு இருக்கிறார். குன்றத்தூர் மாங்காடு சாலையில் ஆற்றங்கரையோரம் பிச்சைக்காரர் மறுவாழ்வு விடுதி தமிழ்நாடு அரசால் நிர்வகிக்கப்பட்டு வந்தது. தமிழ்நாடு முழுவதும் இப்படியான அமைப்பைத் துவங்கினார்கள். இன்று செயல்பாட்டில் இருக்கிறதா என்று தெரியாது.

தொண்ணூறுகளின் துவக்கத்தில் அனகாபுத்தூர் வழியாகப் போனால் பலபேர் தாடியும் மீசையுமாக வெவ்வேறு முக அமைப்புகளில் அங்கு இருப்பார்கள்.

பல்வேறு குணாதிசயங்களோடு உடல் மொழிகளோடு இருப்பவர்களைப் படம் வரைவது சுவாரசியமாக இருக்கும். ஊடாக அவர்கள் சொல்லும் கதைகள் அதைவிடச் சுவாரசியம் மிகுந்தவையாக இருக்கும்.

அவர்களுடைய பொருளாதாரம் சாதிய பின்புலம் சித்தர் வழிபாடு, மாயாஜாலம், மந்திர தந்திரம் என பலவும் கற்றுக்கொள்ளலாம். தொண்ணூறுகளில் பல நாட்கள் அவர்களோடு பழகி இருக்கிறேன்; அதில் ஒரு சிலர் பத்தாண்டுகளுக்கும் மேல் என்னோடு தொடர்பிலிருந்தார்கள்.

எளிமையான வாழ்க்கை, தேசாந்திரியாகத் திரிவதற்குக் கூட இந்த நாட்டில் கட்டுப்பாடு இருந்தது.

யுவன் சந்திரசேகரின் ஒரு நாவலில் வரும் கதாபாத்திரம் திடீரென்று மறைந்து போவது போல நான் நேரிலேயே பலர் மறைந்து போவதை அங்கு தான் பார்த்திருக்கிறேன்.

மூலிகைச் செடி அதன் பயன்பாடு தண்ணீரில் விளக்கு எரிய வைத்தது எனப் பல சுவாரஸ்யங்களும் உண்டு.

எப்படியோ பிச்சைக்காரர்கள் மறுவாழ்வு விடுதி பற்றிய நினைவுகளை அவ்வளவு எளிதாக என்னால் மறந்துவிட முடியாது. புத்தகம் கிடைத்ததோ இல்லையோ இப்படியான நினைவுகள் கிடைத்தன.

நன்றி சுகன்.

என்னுடைய மெட்ராஸ் தாதா, தாடி வளர்த்து புகைப்படம் எடுத்துப் போட்டு இருக்கிறார் அதை அவர் அனுமதி இல்லாமல் இங்கே பயன்படுத்துகிறேன்.

குறிப்பு: Karthick Honey

திராவிட முன்னேற்றக் கழகத்தின் ஆட்சிக்காலத்தில் கைரிக்சா ஒழிப்பு, கண்ணொளி திட்டம் போன்ற பல திட்டங்களை அறிமுகம் செய்தார்கள்.

அப்படியான ஒரு திட்டம் தான் பிச்சைக்காரர்கள் மறுவாழ்வு திட்டம்.

தமிழ்நாட்டின் எல்லா நகர சபைகளிலும் சுடுகாட்டில் அல்லது பக்கத்தில் ஊருக்கு ஒதுக்குப்புறமான அரசு புறம்போக்கு இடத்தை தேர்வு செய்து விடுதி கட்டி சுற்றித் திரியும் ஆதரவற்ற அவர்களுக்கான காப்பகத்தை உருவாக்கினார்கள்.

தோட்டக்கலை, நெசவு, சிலம்பம் எனக் கைத்தொழில்கள் கற்றுத்தரப்பட்டன.

முகச்சவரம் செய்து புதிய ஆடைகளைக் கொடுத்து மூன்று வேளை உணவு கொடுத்து ஒன்றிரண்டு மாதங்கள் பயிற்சியும் தந்து சமூகத்தில் சுய உழைப்பில் அந்தஸ்தோடு சுயமரியாதையோடு வாழ வழி செய்வதே திட்டத்தின் நோக்கம்.

பல சாமியார்கள், சித்தர்கள், மருத்துவர்கள், நாடோடிகள் இந்தத் திட்டத்தால் பெரும் பாதிப்புக்கு உள்ளானதாக மக்கள் மத்தியில் எதிர்ப்பு கிளம்பியது.

குறிப்பாகப் பெரியாரைப் பின்பற்றும் ஆட்சியாளர்கள் இந்து மத நம்பிக்கைகளுக்கு எதிராக இந்த திட்டத்தைக் கொண்டுவந்ததாகக் குறை கூறினார்கள்.

தர்மம் செய்வது தடுக்கப்பட்டால் பாவம் தொலையாது என்ற வாதம் மேலோங்கியது.

பின்னர் வந்த எம்.ஜி.ராமச்சந்திரன் அரசு இந்தத் திட்டத்தைக் கைவிட்டது என நினைக்கிறேன்.

சரிவிகித கலவை

சிலருக்குச் சோடா கலந்து கொள்வதில் விருப்பம் இருக்கும். சிலர் எதுவும் கலக்காமல் குடிப்பார்கள் அதற்கு 'நீட்' எனச் சொல்லுவார்கள். On the rocks ஐஸ் கட்டியில் கொஞ்சம் கொஞ்சமாக விட்டுக் குடிப்பது. இவையெல்லாம் சிங்கிள் மால்ட்க்கு தான் பொருந்தும்.

அதுபோல ஒவ்வொன்றுக்கும் ஒரு வயதும் காலமும் இருக்கிறது. நான் தவறாகக் கூடச் சொல்லி இருக்கலாம்.

இங்குக் கிடைக்கும் டாஸ்மாக் மதுபானங்கள் வெறும் வேதிப்பொருள் மாத்திரமே. Blended scotch என்பது வேறு வகை. வடிகட்டிய சாராயம் வேறு.

குடி, குடிமேசை அனுபவங்கள் ஒவ்வொருவருக்கும் மாறுபடும்.

வெங்கட்சாமிநாதனுக்குச் சோடா இல்லாமல் இறங்காது. மோகன் வேறு வகை. சரவணன் சந்திரனுக்கோ மீன் இருக்க வேண்டும். ஒவ்வொருவரும் ஒவ்வொரு வகை. குழுவிற்குத் தகுந்தாற் போல் இடமும் அளவும் தரமும் சுவையும் மாறுவதை அனுபவித்தவர்களால் மட்டுமே புரிந்து கொள்ள முடியும்.

மொழியும் அதன் வடிவமும் அப்படித்தான்.

சாமிநாதனுக்கு விமர்சனம் கை வந்தது.

மோகனுக்கு மொழிபெயர்ப்பு.

சரவணன் சந்திரனுக்கு நாவல்.

இப்படி ஒவ்வொருவருக்கும் ஒவ்வொரு வடிவம்.

ஐரோப்பாவிலிருந்து நமக்குச் சிறுகதை வடிவம் ஒரு நூற்றாண்டுக்கு முன் இறக்குமதி ஆனது. மணிக்கொடி எழுத்தாளர்கள் உடனடியாகக் கைக்கொண்டு எழுதிப் பார்த்தார்கள். இன்று எப்படி எல்லாம் சிறுகதைகள் எழுதப்படுகின்றன என்பதற்கு இன்று நான் படித்த ஒரு சிறுகதையிலிருந்து சொல்லப் பார்க்கிறேன்.

வயிறு முட்ட.... முடியலைன்னாலும் ஒரு புத்தகத்தைப் படிக்கலாம் என்று எடுத்தேன்.

ஒருவேளை Ballantine'ஸ் இல்லாமல் சிங்கிள் மால்ட் ஆக இருந்தால் நான் இதையே (இந்தக் கதையை) வேறொன்றாகப் புரிந்துகொண்டு இருப்பேனோ என்னவோ.

இந்த வாக்கிய அமைப்பு என்னை வேறோர் இடத்திற்கு நகர்த்தியது

"இந்த நாய் எப்போது ஹாய் சொன்னாலும் வாலாட்டும், பிறகு பார்த்துக் கொள்ளலாம்..."

கதையில் வரும் வாக்கிய அமைப்பு,

கதையில் பயன்படுத்தப்பட்டிருக்கும் தேர்ந்தெடுக்கப் பட்ட சொற்கள் என இந்தக் கதை மிக அழகாகச் சொல்லப்பட்டிருக்கிறது.

கதைக்குத் தேவையான இரு வேறு காலகட்டத்தை இணைக்கும் விதமாக அதன் மொழி கையாளப் பட்டிருக்கிறது.

"கையிலிருந்த வாருகோலை மேசையின் கீழே விட்டுத் துழாவினாள்"

இதுபோல 'அசமடக்கி' என்ற வார்த்தைப் பிரயோகம் ஆகட்டும்.

சரக்கு அடித்து விட்டு என்ன டாஷ்க்கு...

எடுத்துக்கொண்ட கதையைச் சொல்வதற்கு மொழி மிக முக்கியப் பங்கு வகிக்கிறது.

அன்றாடப் பயன்பாட்டில் இருக்கும் இன்றைய பேச்சு மொழி இருபது முப்பது ஆண்டுகளுக்கு முன்பு இருந்த பேச்சு மொழியிலிருந்து வேறுபட்டது.

காரல் மார்க்ஸ் இரண்டையும் மிக அழகாகக் கலந்திருக்கிறார் கதையின் தேவை பொருட்டு.

பப் கலாச்சாரத்தில் இயங்கும் பெண்கள் இன்றைய தமிழ் எழுத்துலகில் புழங்கும் மனிதர்கள் என இரு தரப்பையும் அவற்றுள் இரு வேறு வயதினரையும் கலக்கும் இந்தக் கதைக்குச் சொற்களும் வாக்கிய அமைப்பும் மிக முக்கியம் என உணர்ந்த காரல்மார்க்ஸ் மிகச்சரியாகக் கலந்திருக்கிறார்.

கதை விழுந்து புரண்டு சிரிக்க வைக்கிறது; அதையும் தாண்டி சிறுகதை வடிவத்திற்குள் இப்படி மொழியைக் கையாண்டு பார்க்க முடியும் என்கிற புதிய பார்வையை எனக்கு ஏற்படுத்தியது.

கதை எழுதப்பட்டிருக்கும் வடிவ நேர்த்தி பழக்கப்படாத கட்டமைப்பில் புதிதாய் அமைந்திருக்கிறது. இதுவும் கூட மைய நோக்கமான கிண்டலைச் சொல்வதற்கு அழகாகப் பயன்பட்டிருக்கிறது என நினைக்கிறேன்.

தொகுப்பைக் குறித்து ஞாயிற்றுக்கிழமை அல்லாத ஒரு நாளில் ஒழுங்காக எழுதுகிறேன்.

ஜி. கார்ல் மார்க்ஸ் சிறுகதைத் தொகுப்பான ராக்கெட் தாதா படித்துக் கொண்டிருக்கிறேன். ‘காபி ஷாப்’ கதையின் தலைப்பு.

(கார்ல் மார்க்ஸ் பார்க்கிறதுக்குப் பயமா இருக்க மாட்டாரு. படிக்கிறதுக்கு ரொம்ப பயமா இருக்கு. பேசுறதுக்கு ஜுரமே வந்து விடும் போல இருக்கு. அவரோட கதைகள்ல அவரு எழுதி இருக்கிறது பாருங்க. ஒவ்வொரு கதையிலயும் இது மாதிரி ஒரு வரி வந்துருது.

'வெர்ஜின் குவாட்டர்'

"சிவப்பாக ஆட்டு ரத்தத்தில் மூத்திரத்தைக் கலந்தது போன்ற மையமான வண்ணத்தில் அது இருந்தது"

"மரத்திலிருந்து தவறி விழுந்த, இன்னும் கண் விழிக்காத அணில் குஞ்சைப் போல ரகுபதியின் குறி தளர்ந்து கிடந்தது.."

"பின் அந்தியில் தூரத்து மரச் செறிவின் கருமை மீது கவிழும் அது வானத்தின் பொன் சாந்தை போல அதில் மின்னும் ஒரு நிலையாமை இருக்கிறது"

"காய்ந்த நெல் மணிகளின் மீது கொலுசு காலுடன் குழந்தைகள் விளையாடும் சப்தத்தை நினைவூட்டியது"

"உண்மையை மறைப்பதற்கும் பொய் சொல்வதற்கும் மெல்லிய வேறுபாடு இருக்கிறது ஒரு புகைப்படத்தைக் கணினியில் அழிப்பதற்கும் நிஜத்தில் கிழித்து எறிவதற்கும் இருப்பதைப்போல"

"ரப்பர் வளையல் கூட இல்லாத அவளது கை சுருட்டிய பருத்திப் புடவை முந்தானையைப் போல மிருதுவாக இருந்தது"

"ரத்தம் பூசிக் கொண்டு இருப்பதால் அலட்சியமாகப் போடப்பட்ட மருதாணி போல இருந்தன விரல்கள்"

"குளிர்காலப் பாலையின் தீயைப் போல அது

மணலின் நிறம் கொண்டதாக இருக்கிறது. காலம் தான் எவ்வளவு வேகமாக ஓடுகிறது''

இன்றைக்குச் சாயங்காலம் கூட்டம் இருக்கு அதுக்கப்புறம்... அவரோட ஓர் உரையாடல்... அது இன்னும் பயத்த கிளப்புது. சாயங்காலம் பார்க்கலாம்.)

■

வலிமை அவரின் எழுத்து

அன்பு நண்பர் காரல் மார்க்ஸ் கணபதியின் Karl Max Ganapathy முகநூல் எழுத்து மாத்திரமல்ல, அவருடைய புத்தகங்களும் எனக்கு ரொம்ப பிடிக்கும்.

தமிழ் நிலப்பரப்பில் புழங்கும் வார்த்தைகளைத் தமிழ்நாட்டின் ஒரு மாவட்டத்திற்குள் புழங்கும் வட்டார வழக்கின் அழகியலை மிக எளிமையாகச் சரியான பதத்தில் அல்லது இடத்தில் பொருத்திக் கையாள்வது எல்லாருக்கும் வந்துவிடுவதில்லை.

அப்படியான வட்டார வழக்குச் சொற்களைக் காரல் மார்க்ஸ் அழகாகக் கையாளுகிறார்.

முகநூல் பதிவு ஒன்றில் மிக நேர்த்தியாக

"வெயில்ல காயப் போட்ட பயிறு தட்ட"

என்று ஒரு தொடரைக் கையாண்டு இருப்பதைப் பாருங்கள். இதுவே கும்பகோணத்திலிருந்து 60 கிலோமீட்டர் தள்ளிப் போனால் 'பில் பசலை' என்பார்கள்.

எத்தனை அழகான வட்டார வழக்குகளைத் தமிழில் கொண்டுவந்து சேர்த்து மொழிக்குச் செழுமை சேர்க்கிறார்.

'உதைய்ணா'

என்பது மெட்ராஸ் ஒட்டிய திருவள்ளூர், காஞ்சிபுரம் பகுதிகளில் பேசப்படும் ஒரு வகைச் சொல்.

இப்படி பேச்சு மொழியும் அதன் அழகியலும் தற்கால எழுத்துகளில் கையாளப்பட வேண்டியது மிகவும் அவசியம் எனக் கருதுகிறேன்.

பலர் நூறு ஆண்டுகளுக்கு முன்பே இறுகிய தமிழை உடைத்துப் போட்டு இருக்கிறார்கள்.

இன்னமும் வேறு வகையான பாய்ச்சலுக்குத் தயாராக, இம்மாதிரியான பதிவுகளின் தாக்கம் உதவும் என நம்புகிறேன். பல நேரங்களில் நம்முடைய

நினைவுகளை ஒரே ஒரு சொல்லைக் கொண்டு பின்னோக்கி அழைத்துச் சென்றுவிடுவார்.

அந்த வலிமை அவரின் எழுத்துக்கு அழகு.

விதை நெல்லுக்கு வெந்நீர் ஊற்றாதீர்கள்

1960-களுக்குப் பிறகு தமிழ்நாட்டின் பள்ளிக் கல்வித்துறை மிகப்பெரிய மாற்றத்தைப் பெற்றிருக்கிறது.

குறிப்பாக இட ஒதுக்கீடு முழுமையாக அமல் படுத்தப்பட்டு பள்ளிக் கல்வித்துறையின் ஆசிரியர்கள் ஆசிரியர் அல்லாத பணியாளர்கள் நியமிக்கப்பட்ட காலம்.

இன்று அரசாங்கத்தால் நடத்தப்படும் பள்ளிக் கூடங்களில் பெரிதும் பணியாற்றுபவர்களை நாம் நம்முடைய மக்கள் பிரதிநிதிகள் எனப் புரிந்து கொள்ள வேண்டும்.

சேரன்மாதேவி வ.வே.சு.ஐயரால் நடத்தப்பட்ட கல்விக் கூடத்தில் ஏற்பட்ட எதிர்வினையே பெரியார் காங்கிரசிலிருந்து வெளியேறினார் என்பது வரலாறு.

அண்ணாவின் ஆட்சிக் காலத்திற்கு பிறகான அரசாணைகள் பள்ளிக் கல்வித் துறையில், குறிப்பாகப் பள்ளிக்கூடங்களில் சமத்துவம் நிலவச் செய்தன.

குழந்தைகள் சமத்துவத்தையும் சகோதரத்துவத்தையும் கல்வியோடு சேர்த்துப் பயின்று வருகிறார்கள். வறுமையை விரட்டி அறிவைப் பெருக்கி அறியாமையை விரட்டி கல்வி வெளிச்சம் கொண்டு தமிழ்ச் சமூகத்தில் ஒளியேற்றும் சமூகமாக உருவாகி வருகிறார்கள். இந்தப்

பணியைப் பல்வேறு இடர்பாடுகளுக்கு இடையே செவ்வனே செய்து வரும் ஆசிரியர் சமூகத்தைப் பாராட்டவில்லை என்றாலும் கிண்டல் அடிக்காமல் இருப்பதே நம் சமூகக் கடமை.

பள்ளிக்கூடங்கள் அரசியலைத் தவிர்த்து அறிவைப் பெருக்கும் இடங்கள்.

நம்முடைய சுயலாபத்திற்காகப் பள்ளிக்கூட அரசியலைக் கையில் எடுப்பது சமூகத்திற்கு மிகப்பெரிய தீங்காக அமையும்.

துவக்கப் பள்ளி ஆசிரியர்கள் அர்ப்பணிப்பு உணர்வோடு பணியாற்றி வரும் இந்த வேளையில் நடுநிலைப்பள்ளி உயர்நிலை மேல்நிலை என அவரவர் பணிகளை செவ்வனே செய்ததால் மட்டுமே இன்று நாம் அறிவார்ந்த சமூகமாக உருவாகி இருக்கிறோம் என்பதை மறுக்க முடியுமா.

ஆசிரியர்கள் எத்தனையோ தியாகங்களைச் செய்து அரசாங்கத்தின் எல்லாத் திட்டங்களுக்கும் துணை நின்று இந்த சமூகத்தைக் கட்டமைப்பதில் பெரும்பங்கு வகிக்கிறார்கள்.

கல்வி போதிப்பது மட்டுமே பெரும்பாலான தனியார்ப் பள்ளிகளின் நோக்கமாக இருக்கும் இந்த தருணத்தில் மாபெரும் சமூகத்தைக் கட்டமைத்து மேல் எழுந்து வரச் செய்யும் கடமையை அரசுப் பள்ளி ஆசிரியர்கள் உணர்ந்தே இருக்கிறார்கள்.

தமிழ்நாட்டின் பல்வேறு பிரச்சனைகளில் ஆசிரியர்கள் தங்களை ஈடுபடுத்தி வந்திருப்பதற்கு மிகப்பெரிய வரலாற்றுக் குறிப்புகளை எடுத்துக் காட்ட முடியும்.

சாதி ஒழிப்பில், மூடநம்பிக்கை ஒழிப்பில், தாய்மொழிப்

பற்றில் குழந்தைகள் தங்களை ஈடுபடுத்திக்கொண்டு மேம்பட்ட சமூகமாக வளர்வதற்கு உறுதுணையாய் இருப்பவர்கள் அரசுப் பள்ளி ஆசிரியர்களே.

கல்வியை வியாபாரமாக நுகர்வுக் கலாச்சாரம் ஆகப் பார்க்கும் ஒரு சில சமூக விரோத செயல்பாட்டாளர்களால் தன்முனைப்பு பிரச்சாரமும் முன்னெடுக்கப்படுகிறது.

ஊக்கப்படுத்துகிறோம் என்ற பேரில் தனியார் கல்லூரிகளுக்கு ஆள் பிடிக்கும் கூட்டம் தமிழ்ச் சமூகத்தை முதலாளிகளுக்கு விற்றுவிடுகிறது என்று சொல்ல முடியுமா.

அரசுப் பள்ளி ஆசிரியர்களைக் குறை சொல்பவர்கள் தனியார்ப் பள்ளி ஆசிரியர்களை விற்பனையாளர்கள் என்று சொல்வார்களா.

இந்தப் போக்கு சமூக மாற்றம் என்ற தளத்திலிருந்து கல்வியை வியாபாரம் என்ற தளத்திற்கு எடுத்துச்செல்வதில் தனியார்ப் பள்ளி, அரசுப் பள்ளி என்ற பாகுபாடு முன்வைக்கப்படுகிறது.

தமிழ்நாட்டின் பெற்றோர்கள் கவனமாக அறிவு, சமூகம், கலாச்சாரம், கலை, மொழி என்று தம் மக்களை மேம்படுத்த முன் வருவதால் மட்டுமே தனியார் அரசு என்ற பாகுபாட்டைப் புரிந்துகொள்ள முடியும்.

@Karikalan R

கரிகாலன் கவிஞர் மிக மென்மையாக எதிர்த்து விமர்சித்திருக்கிறார் ஒரு திரைப்படத்தை.

அந்த திரைப்படத்தைப் பார்த்த பிறகு அமைதியாக இருக்க முடியவில்லை.

வியாபாரம் அங்கிங்கெனாதபடி எங்கும் நீக்கமற

நிறைந்து விட்ட கேடுகெட்ட காலத்தில் நாம் வாழ்கிறோம் என்கிற பதட்டம் தான் எனக்கு மிஞ்சியது அந்த திரைப்படத்தைப் பார்த்த பிறகு.

நம்மை நாமே குறை சொல்லுவதும் நம்மை நாமே ஏமாற்றிக் கொள்வதும் இப்படியான வலுவிழந்த அடிப்படையில் உண்மையில்லாத போலியான தரவுகளைக் கொண்டு எடுக்கப்படும் திரைப்பட கவர்ச்சியில் மயங்கித்தான்,

கொள்கைப் பிடிப்பு உள்ள அரசியலை இழந்தோம். வலுவான பிராந்திய பொருளாதாரத்தை இழந்தோம். சுயமாகச் சிந்திக்கும் திறனை இழந்தோம்.

உலக வரைபடத்தில் நமக்கான தனித்தன்மையை இழந்தோம்.

இனி வரும் காலங்களில் நமக்கான நம்முடைய பள்ளிக்கூடங்களையும் ஆசிரியர்களையும்

இழக்கப்போகிறோமா?

சினிமா கவர்ச்சி மட்டும் இந்த சமூகத்திற்கு போதுமானதா? சுயமரியாதை என்னவானது?

திரைப்படங்கள் மக்களை மகிழ்விக்கும் கலை அல்லது சிந்திக்க வைக்கும் பிரச்சார ஊடகம் எதுவாகிலும் இருந்துவிட்டுப் போகட்டும் என் மக்களை

என் மக்களைக் கொண்டே ஏளனம் செய்து பதிவு செய்யப்படும் இதுபோன்ற சமூக விரோத கேலிக்கூத்துகள் தேவையா?

சிந்திப்போம் ஆரோக்கியமாக விவாதிப்போம்.

∎

தோற்ற மயக்கம்

தமிழ்நாடு ஒரு காலத்தில் மதராஸ் ராஜதானி என்று அழைக்கப்பட்டது. மொழிவழி மாநிலப் பிரிவினை; பிறகு 1967-இல் தமிழ்நாடு ஆனது.

ஒரு பெயரை, இந்திய அரசின் ஒப்புதலோடு பெறுவதற்கு பெரும் போராட்டம் நடத்த வேண்டி இருந்தது. சிதறிக்கிடந்த மனித இனக்குழுவை ஒருங்கிணைத்து மேல் எடுத்துச் செல்லும் முதல் படியாக மொழி இருந்தது.

சுதந்திர இந்தியாவில் மாநில உரிமைகள் முழக்கம் புதிதாகத் துவங்கியது. ஐம்பத்து இரண்டில் முதல் பொதுத் தேர்தலை இந்தியா சந்தித்தது.

காங்கிரஸ் பேரியக்கம் ஆளும் கட்சியாகவும், இடதுசாரி இயக்கம் எதிர்க்கட்சியாகவும் நாடாளு மன்றத்தில் ஜனநாயக முறைப்படி அமர்ந்தார்கள்.

67-ஆம் ஆண்டு தமிழ்நாடு என்று பெயர் மாற்றப்படுவதற்கு முன் திராவிட முன்னேற்றக் கழகம் என்ற புதிய கட்சி மதராஸ் மாகாணத்தின் ஆட்சிப் பொறுப்பிற்கு மக்களால் தேர்ந்தெடுக்கப் பட்டது.

நீதிக்கட்சி ஆங்கிலேய ஆட்சிக் காலத்திலேயே காங்கிரஸ் கட்சிக்கு மாற்றாக மதராஸ் ராஜதானியில் ஆட்சி செய்தார்கள்.

இடைக்கால முதல்வராக சுப்பராயன் இருந்தபோது முதல் 'இட ஒதுக்கீடு' அரசாணை வெளியிடப்பட்டது.

காங்கிரசிலிருந்து வெளியேறிய பெரியார் திராவிடர் கழகத்தைத் துவக்கினார். சமூக மறுமலர்ச்சி அதன் முழக்கமாக இருந்தது.

திராவிட கழகத்தில் இணைந்து பணியாற்றிய தம்பிமார்கள் வெளியேறி தனிக்கட்சி துவங்கினார்கள்.

திருச்சி மாநாட்டில் ஜனநாயக முறைப்படி திராவிட முன்னேற்றக் கழக உறுப்பினர்கள் தேர்தல் பாதையைத் தேர்ந்து எடுத்தார்கள்.

1957 ஆம் ஆண்டிலேயே தேர்தலைச் சந்தித்த திராவிட முன்னேற்றக் கழகம் 1967 ஆம் ஆண்டில் ஆட்சிக்கு வந்தது. தமிழ்நாட்டில் அரசியல் இயக்கங்கள் மக்கள் இயக்கமாக வளரக் கொள்கையை முன்வைத்து மக்களைச் சந்தித்த காலம் அது.

பெரும்பான்மையான மக்களின் நம்பிக்கையைப் பெறத் தேர்தல் அரசியல் வியூகத்தை வகுக்கத் திராவிட முன்னேற்றக் கழகம் எளிய மக்களின் உண்மையான பிரச்சினைகளைக் கையில் எடுத்தது. நாக்கில் தேன் தடவும் காங்கிரஸின் பிரச்சாரங்கள் மெல்ல மெல்ல மக்களின் நம்பிக்கையை இழந்தன.

காங்கிரஸ் பேரியக்கம் என்று சொன்னால் ஏதோ காந்திய வழியில் அறப்போராட்டங்கள் செய்பவர்கள் என்று இன்றைய இளைஞர்கள் நினைத்துக் கொள்ள வேண்டாம்.

பணபலம், குண்டர் படை என்று பல்வேறு அடக்குமுறைகளை எதிர்க் கட்சியினர் மீதும், எளிய மக்கள் மீதும் கட்டவிழ்த்து விட்டவர்கள் தாம்.

ஆதித்தனார், ம.பொ.சி, மாணிக்கவேலு நாயக்கர், எஸ்.எஸ்.ராமசாமி படையாட்சியார், ஏ.கோவிந்தசாமி, நாராயணசாமி நாயுடு, பார்வர்ட் பிளாக், இடதுசாரி இயக்கங்கள், சுதந்திரா கட்சி, பிரஜா சோஷலிஸ்ட், ஜனதா, ஸ்தாபன காங்கிரஸ், காந்தி காமராஜ் தேசிய காங்கிரஸ் என்று கட்சிகள் பலவும் தோன்றி மறைந்த காலம்.

திராவிட முன்னேற்றக் கழகத்திலிருந்தும் ஈ.வி.கே.சம்பத் பிரிந்து தமிழ்த் தேசிய கட்சி என்னும் தனிக்கட்சி ஆரம்பித்தார். எம்.ஜி.ராமச்சந்திரன் திராவிட முன்னேற்றக் கழகத்திலிருந்து பிரிந்து சென்று, அண்ணா திராவிட முன்னேற்றக் கழகத்தைத் துவக்கினார். அதன் பிறகும் கூட பல மாநிலக் கட்சிகள் தோன்றி மறைந்தன.

[குறிப்பாக: (எம்ஜிஆர் மறைவுக்குப் பிறகு முதல்வர் பொறுப்பு வகித்த பண்ருட்டி ராமச்சந்திரன் காலத்தில்)- இந்தத் தகவல் எம்ஜிஆர் அவர்கள் மருத்துவமனையில் ருந்தபோது மூத்த அமைச்சர்கள் அமெரிக்காவிற்குச் சென்றதால் அப்போதைய முதல்வர் பொறுப்பிலிருந்தார் என்று நினைவு. இந்த தகவலைச் சரிபார்க்க வேண்டும்.]

வன்னியர் சங்கம் எழுச்சி பெற்று 7 நாட்கள் தொடர் சாலை மறியல் போராட்டத்தை நடத்தினார்கள். வட மாவட்டத்தில் வன்னியர் எழுச்சி, பின்னர் பாட்டாளி மக்கள் கட்சியாக ஒன்று திரண்டார்கள்.

நடிகர் சிவாஜி கணேசன், நடிகர் பாக்கியராஜ், நடிகர் ராஜேந்தர், போன்றவர்கள் சினிமாவில் கிடைத்த புகழையும் பொருளையும் நம்பி கட்சி ஆரம்பித்தார்கள்.

89-இல் திராவிட முன்னேற்றக் கழகத்தின் எழுச்சி தேசிய கட்சிகளைப் பெரிதும் பாதித்தது.

குறிப்பாகத் திராவிட இயக்கத்தை அதன் மூலாதார கொள்கைகளான திராவிட நாடு கொள்கையைக் கைவிட்டு ஒரு முழக்கமாக முன்வைக்கப்பட்ட மாநில சுயாட்சி, மத்தியில் கூட்டாட்சி என்ற முழக்கம் மத்தியில் ஆட்சியிலிருந்த காங்கிரஸ் பேரியக்கத்தை அச்சுறுத்தியது.

பெரியாரின் திராவிட கழகம் முன்வைத்த சுயமரியாதை கொள்கை, மூடநம்பிக்கை ஒழிப்பு, சீர்திருத்தத் திருமணம், சாதி ஒழிப்பு, நிலச்சீர்திருத்தம், கடவுள் மறுப்பு அல்லது வர்ண தர்மத்திற்கு எதிர் நிலைப்பாடு போன்ற கொள்கைகள் காங்கிரஸ் பேரியக்கத்தைத் தமிழ்நாட்டு அரசியலிலிருந்து அப்புறப்படுத்தியதாக நினைத்தது.

திராவிட முன்னேற்றக் கழகம் என்னும் தேர்தல் அரசியலில் பங்கு பெற்ற இயக்கத்தின் மூலம் காங்கிரசை அப்புறப்படுத்தி அதை நினைத்து அச்சப்படச் செய்தது.

எம்.ஜி.ராமச்சந்திரன் வழி, திராவிட முன்னேற்றக் கழகம் பிளவுபட்ட பிறகு காங்கிரஸ் அண்ணா திராவிட முன்னேற்றக் கழகத்தை ஆதரித்ததன் மூலம் திராவிட முன்னேற்றக் கழகத்தை ஆட்சியிலிருந்து அகற்றியது.

இந்த அடிப்படையில் 89 இல் திராவிட முன்னேற்றக் கழகத்தின் எழுச்சியால் காங்கிரஸ் அச்சுறுத்தலுக்கு உள்ளானது.

பாரதப் பிரதமராக இருந்த இந்திராகாந்தி அம்மையாரின் வெளியுறவுக் கொள்கையில் இலங்கைப் பிரச்சனை தமிழ்நாட்டிலும் கையாளப்பட்டது.

அதே இலங்கைப் பிரச்சனையை அடிப்படையாக வைத்து காங்கிரஸ் சட்டப்பூர்வமான விளையாட்டைத் துவக்கியது.

திராவிட முன்னேற்றக் கழகம் மீண்டும் ஒரு பிளவைச் சந்தித்தது. இந்த முறை ஏழு தொண்டர்கள் தீக்குளித்தன.

இடி மழை உதயன், மேலப்பாளையம் ஜஹாங்கீர், பாலன் என்று பட்டியலின் நீளம் பெரிது.

இரண்டு உறுப்பினர்கள் இருந்த சட்டப் பேரவையிலிருந்து செல்வராசன் பிரிந்து சென்றார்.

மதுராந்தகம் ஆறுமுகம், செஞ்சி ராமச்சந்திரன், பொன் முத்துராமலிங்கம் என்று 8 மாவட்டச் செயலாளர்கள் பிரிந்ததாக நினைவு. வைகோ தலைமையில் உண்மையான திமுக நாங்கள்தான் என்ற கோஷம் வலுப்பெற்றது.

குடவாசல் பேரணி தொடர்ந்து சென்னையில் எழுச்சிப் பேரணி நடைபெற்றது. ஏழுமலை படுகொலை செய்யப்பட்டார். உச்சநீதிமன்ற தீர்ப்பால் மறுமலர்ச்சி திராவிட முன்னேற்றக் கழகம் என்று பெயர் கொண்டு இயங்கத் துவங்கினார்கள்.

91 ஆம் ஆண்டு தேர்தலில் அண்ணா திராவிட முன்னேற்றக் கழகம் ஒன்றுபட்டு செல்வி ஜெயலலிதா அவர்கள் முதலமைச்சராகப் பொறுப்பேற்று ஆட்சிப் பொறுப்பிற்கு வந்தார்கள்.

முன்னாள் தமிழக முதல்வர் மரியாதைக்குரிய செல்வி ஜெயலலிதாவின் அரசியல் பிரவேசம் ஒரு கட்சியை இரண்டாகப் பிளந்து கைப்பற்றக்கூடிய சூத்திரத்தை முதல் முறையாக அரசியல் விமர்சகர்களுக்கு கற்றுத் தந்தது

அன்றைய பாரதப் பிரதமர் ராஜீவ்காந்தி அவர்களுடைய நட்பு அவருக்குப் பேருதவியாக இருந்தது.

அதன் நீட்சியாகக் காங்கிரசை மூப்பனார் உடைத்ததும், மூப்பனாருக்குப் பிறகு ப.சிதம்பரம் உடைத்ததும் உதாரணங்களாகச் சொல்லலாம்.

வருணாசிரம எதிர்ப்பு திராவிட அரசியலில் முதல்வர்கள் எம்.ஜி.ஆர் மற்றும் செல்வி ஜெயலலிதா அவர்கள் வழி நீர்த்துப்போகச் செய்யப்பட்டது திட்டமிட்ட தேசியக் கட்சிகளின் செயல்பாடு.

எண்பதுகளில் ஜனசங்கம் பின்னர் பாரதிய ஜனதா கட்சி உருவானபோது இந்தியாவின் மாற்றாகப் பார்க்கப்பட்ட ஜனதா காணாமல் போனது.

திராவிட சித்தாந்தத்தில் ஜாதி ஒழிப்பு முதன்மையானது.

கலப்புத் திருமணத்தை அதன் தலைவர்கள் ஆதரித்தார்கள். அண்ணா சட்டமாக்கினார்.

இன்று இரண்டாம் மூன்றாம் கட்டத் தலைவர்கள் என்பவர்கள் சாதி சங்கங்களை ஒருங்கிணைப்பவர்கள் ஆகவும் இருக்கிறார்கள். சாதிய பிரதிநிதித்துவம் பிராந்திய கட்சிகளின் வளர்ச்சியால் மறு உருவம் எடுத்து இருக்கிறது.

இளையபெருமாள் காங்கிரஸ் கட்சியின் மாநிலத் தலைவராக பணியாற்றியவர். பின்னாட்களில் தனியாக ஓர் இயக்கத்தைத் தொடங்க வேண்டிய நிர்ப்பந்தத்திற்கு ஆளானார்.

தலித்துகளின் அரசியல் எழுச்சி என்பது 1800களில் துவங்கி விட்டது என்றுதான் சொல்ல வேண்டும்.

சுதந்திர இந்தியாவில் மதராஸ் ராஜதானியில் பிராந்திய தலித் தலைவர்கள் காங்கிரசுக்கு உள்ளேயும் வெளியேயும் வளர்ந்து வந்தார்கள்.

கே.பி.எஸ்.மணி, இளையபெருமாள் போன்றவர்களை உதாரணமாகச் சொல்லலாம். மரகதம் சந்திரசேகரும் சிறந்த உதாரணமாகக் காட்டலாம்.

கட்சிக்கு விசுவாசமானவர்களாக இவர்கள் இருந்தார்களே தவிர மக்களை அரசியலுடன் இணைக்கத் தவறி விட்டார்கள் என்பது என் பார்வை.

திராவிட முன்னேற்றக் கழகத்தின் சிந்தனையாளர்கள் மக்களை எளிமையாக அரசியலோடு இணைத்தார்கள்.

மொழி, கலாச்சாரம், பண்பாடு, பொருளாதாரம், கல்வி, வேலைவாய்ப்பு போன்ற மக்கள் பயன் பெறும் துறைகளில் நிலவிவந்த முற்பட்ட சாதியினரின் ஆதிக்கத்தை உடைத்து சாமானியர்களை இடம் பெறச் செய்வோம் என்ற கொள்கை வழி மக்களை அரசியலோடு இணைக்க முடிந்தது என்பது என் பார்வை.

கலப்புத் திருமணம், சுயமரியாதை இவை இரண்டையும் எளிய மக்கள் தங்களுக்கான பாதுகாப்பாக உணர்ந்தார்கள்.

சாதிய, பழமைவாதக் கருத்துடையவர்களை அவர்களுக்கான தலைவர்களை அடையாளம் காட்டி வெற்றி பெற வைத்துத் தேர்தலுக்குப் பின்பு தங்களோடு இணைத்துக் கொள்ளும் தந்திரத்தை மேற்கொண்டதன் மூலம் பெரும்பான்மை என்ற ஜனநாயக வழியைக் கைக் கொண்டு வென்று காட்டினார்கள்.

இதைத்தான் நான் 67 சூத்திரம் என்று சொல்கிறேன்.

இன்று இருக்கும் திராவிட இயக்கங்கள் தோற்ற மயக்கங்களா?

திராவிட சிந்தனையாளர்களால் திராவிட இயக்கங்கள் வழி நடத்தப்படுகின்றனவா?

திராவிட சித்தாந்தம் என்னவானது?

இந்தக் கேள்விகளை உங்களிடமே விட்டுவிடுகிறேன்.

எங்கே தவறவிட்டோம்?

நாவலர் நெடுஞ்செழியன், பனமரத்துப்பட்டி ராஜாராம், கே.ஏ.கிருஷ்ணசாமி, மாதவன், எஸ்.டி.சோமசுந்தரம் போன்றவர்களைத் தமிழ்நாடு மறந்து போயிருக்கலாம்.

பெரியாரோடு இணைந்து செயல்பட்டவர்கள். படித்தவர்கள். பெரியார் கொள்கைகளை வாழ்க்கை முழுவதும் கடைப்பிடித்தவர்கள். திராவிட முன்னேற்றக் கழகத்தின் தளகர்த்தர்கள். அண்ணாவோடு இணைந்து திராவிட இயக்கம், தேர்தல் அரசியல், அரசியல் பிரவேசம் செய்வதற்கு உறுதுணையாக இருந்தவர்கள்.

மக்கள் மத்தியில் பிரச்சாரம் செய்து கடவுள் மறுப்பு, எளிய மக்களின் விடுதலை, பொருளாதார சமநிலை, தனித் தமிழ்நாடு போன்ற நிலைப்பாடுகளை நோக்கி கொள்கை வழி மக்களை நிற்கச் செய்தவர்கள்.

புதிய சமூகமென்று சிந்தித்து கொள்கைகளை வகுத்துச் செயல்பட்டவர்கள்.

எம்.ஜி.ராமச்சந்திரன் திராவிட முன்னேற்றக் கழகத்திலிருந்து பிரிந்து சென்ற போது அவரோடு சென்றவர்கள். பத்தாண்டுகளுக்கு மேல் அமைச்சர்களாகச் செயல்பட்டார்கள்.

குறிப்பாக எம்.ஜி.ஆர் மூகாம்பிகை கோவிலுக்குப் போன போதும் அவரோடு இருந்தார்கள்.

இன்று ஒரு கட்சியிலிருந்து மற்றொரு கட்சி தாவிச் செல்பவர்களுக்குக் கொள்கை என்று ஏதாவது ஒன்று இருக்கிறதா.

ஆங்கிலத்தில் (ஆர்கனைஸ் சிங் கெபாசிட்டி) ஒருங்கிணைக்கும் திறன் இருந்தால் எந்த கட்சியிலும் பட்டுக்கம்பளம் விரித்து வரவேற்பார்கள் என்ற சூத்திரம் தெரிந்தவர்கள்.

அதையே மூலதனமாக்கி மக்களை ஒருங்கிணைத்துச் செயல்படும் வியாபார தந்திரத்தைத் தெரிந்து வைத்திருப்பவர்கள். மக்களைக் கொள்கை சார்ந்து இயங்க வைப்பவர்களா இவர்கள். குறிப்பாகச் சாதி மறுப்பு, கலப்புதிருமணம் போன்ற கொள்கைகளையாவது இவர்கள் ஆதரிக்கிறார்களா?

தங்கள் பகுதிகளில் சாதிய ஒருங்கிணைப்பை மக்கள் ஒருங்கிணைப்பு என்று மார்தட்டி ஆதாயம் தேடும் இவர்களால் கொள்கை சார்ந்த எந்தக் இயக்கத்திற்கும் எந்தப் பயனும் இல்லை. ஜனநாயக நாட்டில் இவர்களைப் போன்றவர்களால் மட்டுமே பெரும்பான்மை என்கிற நிலையைக் கொண்டு வர முடியும் என்று நம்புவது களத்தில் மக்களைக் கொள்கை வழி ஒருங்கிணைக்க இயலாது என்ற அவநம்பிக்கையில் ஒற்றைப் புள்ளி.

கல்வி, பொருளாதாரம், சமூக அந்தஸ்து பெற்றுத் தந்திருக்கும் இந்த காலகட்டத்தில் எங்கே தவற விட்டோம் கொள்கைகளை.

மக்களைப் போராட்டத்திற்கு ஒருங்கிணைக்க பெரும் பொருட்செலவை எதிர்நோக்கியிருக்கும் இயக்கங்களுக்கு, இவர்களைப் போன்ற ஒருங்கிணைப்பாளர்கள் அல்லது இவர்களின் சேவை என்பது இன்றியமையாததாகிறது.

ஜனநாயக நாட்டில் மக்களை ஏதோ ஒரு வகையில் ஒருங்கிணைத்து, அவர்தம் நம்பிக்கையைப் பெற்று கடவுள் மறுப்பு, கலப்புத் திருமணம், பொருளாதார சமநிலை, கல்வி, வேலைவாய்ப்பு போன்றவற்றில் இட ஒதுக்கீடு என தலையாய சமூகப் பிரச்சினைகளுக்குக் குரல் கொடுக்க வைக்க, தீர்வு காண, இவர்கள் களத்தில் இருக்க வேண்டியது அவசியமாகிறது.

தலைமை கொள்கை வழி செயல்பட, களத்தில் இவர்களின் தேவை இன்றி அமையாதது என்று உணர்ந்து அனைவரையும் அரவணைத்துச் செல்லும் மதிப்பிற்குரிய தலைவர் ஸ்டாலின் அவர்களுக்கு வாழ்த்துகள்.

■

தி.ஜா.வின் உலகம்

அ. வெண்ணிலா அவர்களுக்கு. இன்றைய நாளை மிக மகிழ்ச்சிக்குரியதாக ஆக்கியதற்கு நன்றி. மகிழ்ச்சிக்குக் காரணம் ஜானகிராமன் படைப்புகளும் நீங்களும்.

89-ஆம் ஆண்டு என நினைக்கிறேன், ஜானகி ராமனைப் படிக்கத் துவங்கிய வருடம். தொடர்ந்து ஐந்து ஆண்டுகளுக்கு ஒரு முறையேனும் ஜானகிராமனை படித்துக் கொண்டுதான் இருக்கிறேன்.

2017 தடம் இதழில் வெளிவந்த ஜானகிராமன் பற்றிய உங்கள் கட்டுரை படிக்கக் கிடைத்தது. தாமதமாகக் கிடைத்த கட்டுரை வழியே ஜானகிராமனின் உலகத்திற்குள் பிரவேசிக்க முடிந்தது மகிழ்ச்சியே.

கட்டுரை தி.ஜா.வின் மொழி வழி எழுதப்பட்டிருப்பது சிறப்பு. தி.ஜா.வின் பெண் பாத்திரப் படைப்புகளை மிக அழகாக எடுத்துக் காட்டி இருக்கிறீர்கள்.

தி. ஜா.வின் உலகம் எதார்த்தமயமானது அல்லது நிதர்சனத்தை வழிமொழிந்தது.

ஒன்றுபட்ட தஞ்சாவூர் ஜில்லாவில் ஜானகிராமன் வாழ்ந்த காலத்தில் மக்கள் தொகை 20 லட்சம் இருக்கலாம். ஜானகிராமனின் பாத்திரப் படைப்புகள் அதீத கற்பனையோ, வெற்று வர்ணனைகள் கொண்டவை அல்ல என்பது என்னுடைய பார்வை.

உங்கள் கட்டுரை குறிப்பிடுவது போல ஜிகினாதாள் சுற்றிய பெண்கள் என்பதைத் தவிர இந்த கட்டுரை மிக அழகாகப் படிப்பவரை ஜானகிராமனின் உலகத்திற்குள் அழைத்துச் செல்கிறது. இன்றைக்கு இருக்கக்கூடிய சமூக அமைப்பில் விரைவாக மாற்றம் பெற்று வரும் தன்மை ஜானகிராமனின் காலத்தில் இல்லை.

ஜானகிராமனின் காலத்திற்கு முந்தைய காலத்தையும் அதன் எச்சங்களையும் ஜானகிராமன் புனைவின் வழியே பதிவாக்கித் தந்திருக்கிறார்.

ஊரமைப்பு, கட்டிடக்கலை, உடல் மொழி, பேச்சு மொழி, உணவு, ஜாதி, பிரிவு, பகுதி எனப் பலவற்றையும் அதன் கசடுகள் உடன் சேர்த்துப் பதிவு செய்திருக்கிறார்.

ஜானகிராமனின் பெண் கதாபாத்திரங்கள் தஞ்சாவூர் ஜில்லாவில் சிறிதேனும் கால் பாவாத எவராலும் புரிந்து கொள்ள முடியாத மாய உலகம்.

கொள்ளிடக்கரை துவங்கி தஞ்சாவூர் வரை விரவிக்கிடந்த, மராட்டியருக்கும் பிந்தைய ஆங்கிலேயர் கால எச்சங்களைத் தாங்கிய கலப்பு கலாச்சாரத்தில் உருவான பெண்களைக் கதாபாத்திரங்களாகக் கொண்ட புனைவுகள் அவருடையவை.

இன்று அடையாறில் இடியுடன் கூடிய கனமழை ஒன்றரை மணி நேரம் கொட்டித் தீர்த்தது.

இங்கிலாந்தில் நடக்கும் ஒரு நாள் உலகக் கோப்பை கிரிக்கெட் போட்டியில் (2019) நியூசிலாந்துக்கு எதிரான பாகிஸ்தானின் பந்துவீச்சு பிரமாதமாக இருந்தது.

எல்லாவற்றையும் தாண்டி உங்களுடைய கட்டுரை பெரும் மழை என என்னை கடும் கோடையில் இருந்து விடுவித்துச் சென்றிருக்கிறது.

இயற்கை எப்பொழுதுமே பெரும் கருணையோடு தான் இருக்கிறது என்னளவில்.

ஓவியம்: கே.எம்.ஆதிமூலம்.

நடிகர் சங்கத் தேர்தல்

காலையிலிருந்து தொலைக்காட்சியில் நேரலையில். கொஞ்சம் பின் நோக்கிப் பார்க்கிறேன்.

மனோ பாலாவும், சிவகுமாரும், பொன்வண்ணனும் என்னுடைய கல்லூரி சீனியர்கள். தொண்ணூறுகளில் பாலசுப்பிரமணியமும் நானும் பல பேருடன் தொடர்பிலிருந்தோம்.

நடிகர் ரஜினிகாந்த்துக்கு எதிராக சத்யராஜ் சார் கலகம் செய்த போது அவரோடு உடன் இருந்தோம்.

மணிவண்ணன், ஆர்.சுந்தரராஜன் போன்றவர்கள் தமிழ், தமிழர்கள், தமிழ் நடிகர்கள், தமிழ் சினிமா என ஒரு இயக்கத்தை முன்னெடுத்தார்கள்.

குறிப்பாக நடிகர் ரஜினிகாந்த்துக்கு எதிரான முன்னெடுப்பு நிலைப்பாடு. அப்பொழுதெல்லாம் அவர்களோடு பயணித்தோம்.

இன்றும் நாசர் சாரை மட்டும் தீவிரமானவர், சிந்தனையாளர் என்று மட்டும் என்னால் சொல்ல முடியும். மற்ற எல்லாருமே ஏதோ ஒரு வகையில் சமரசத்தை நோக்கிச் சென்று விட்டவர்களே.

திரைப்படத்துறை வியாபாரம் சார்ந்து இயங்கினாலும் தமிழ்நாடு, அதன் அரசியல், அதில் மாற்று, எனத் தொடர்ந்து முயற்சித்துக் கொண்டேதான் இருக்கிறது.

இன்று நேற்றல்ல, காங்கிரஸ் பேரியக்கத்தை எதிர்த்து 'இரும்புத்திரை' திரைப்படத்திற்கு முன்பே திரைப்படங்கள் வந்திருக்கின்றன.

பதுக்கல், முதலாளித்துவம், தொழிலாளர் நலன், எனக் காலம் சென்ற மரியாதைக்குரிய என்.எஸ்.கே அவர்களுக்கு முன்பே துவங்கி விட்டது.

கடவுள் மறுப்பு, எளிய மக்களின் விடுதலை என்ற கருத்துரு வலியுறுத்தப்பட்டு வந்திருக்கிறது.

குறிப்பாகக் கலைஞர், ஆரூர்தாஸ், இளங்கோவன், பேரறிஞர் அண்ணா, போன்ற திரைப்பட வசனம் எழுதியவர்களால் எழுதப்பட்ட வசனங்கள் எம்ஜிஆர், எஸ்.எஸ்.ஆர், சிவாஜி கணேசன், முத்துராமன், ஜெமினி கணேசன் போன்றவர்களால் மக்களிடம் எடுத்துச் செல்லப்பட்டு மிகப்பெரிய சமூக விடுதலைக்கு முன்னெடுக்கப்பட்டது.

நடிகர்கள் வழியே சொல்லப்படும் கருத்துகள் மக்களை ஒருங்கிணைக்க மாற்றத்தை நோக்கித் திருப்பச் சுலபமான வழி எனக் கண்டறிந்து செயல்படும் அறிவார்ந்த சமூகம் கொண்ட நாடு நம்முடையது.

மக்களிடம் நிதி திரட்ட, போர்க்காலங்களில் உதவ, தேர்தலில் பிரச்சாரம் செய்ய, சோப்பு விற்க என நடிகர்களை நாம் பயன்படுத்திக் கொண்டிருக்கிறோம்.

எப்பொழுது நாம் நல்ல திரைப்படம் எடுக்கப் பயன்படுத்தப் போகிறோம்?.

குறிப்பாக நாசர் சார், சத்யராஜ் சார் போன்ற திறமை வாய்ந்த நடிகர்களை நல்ல திரைப்படத்தில் பயன்படுத்த அல்லது பார்க்கப் போகிறோம்?.

இன்றும் திறமையானவர்கள் இருக்கிறார்கள் வெளிச்சத்திற்கு அப்பால். வியாபாரம் தாண்டி ஜாதி மத அரசியலுக்கு அப்பால் சினிமாவிற்காக அவர்களைப் பயன்படுத்துவது எப்போது?

இந்தக் கேள்விகள் தான் இன்றும் எனக்குள் எழுந்தன.

கே.சுப்பிரமணியம், எல்லீஸ் ஆர்.டங்கன், தாதா மிராசி, எஸ்.பாலச்சந்தர் போன்ற இயக்குனர்களின் காலத்திலிருந்து இன்று, கார்த்திக் சுப்புராஜ் போன்ற இளம் இயக்குனர்கள் இந்தத் துறைக்கு வந்த போதிலும் நம்மால் ஒரு நல்ல திரைப்படத்தை ரசித்து ஆதரிக்க முடியவில்லை என்பது வெட்கப்பட வேண்டியது.

ஆனால் இன்னமும் நம்மால் ஒரு சினிமாவை எடுக்க முடியவில்லை என்பது சோகமே. என்றாவது ஒருநாள் நாம் சினிமா என்கிற கலை ஊடகத்திற்கான தமிழ் சினிமாவை எடுக்க முயற்சிப்போம் என்ற நம்பிக்கை எனக்கு இருக்கிறது.

அதற்கு நடிகர் என்கிற அந்தஸ்து தேவை இல்லை. நடித்தால் அல்லது வேஷம் கட்டினால் போதுமானது.

தமிழ் சினிமா நடிகர்களும் தாங்கள் சார்ந்த துறைக்கு உண்மையாய் தங்களை ஒப்புக்கொடுப்பார்கள் என்று நம்புகிறேன்.

தென்னிந்திய நடிகர் சங்கத் தேர்தல்.

சமூகக் கேடு

ஜெயமோகன் தாக்கப்பட்ட செய்தி மிகுந்த வருத்தம் தருகிறது. தமிழ்ச் சமூகத்தில் கொஞ்சமேனும் நம்பிக்கை தருபவர்கள் கலை சார்ந்து இயங்குபவர்கள் மட்டுமே.

குறிப்பாகத் தமிழ் மொழிக்கு வளம் சேர்க்கும் எழுத்தாளர்கள். சமூகம் கொண்டாடாமல் புறக்கணிக்கலாம் அல்லது எதிர்வினையாற்றலாம்.

குறைந்தபட்சம் அவர்களைச் சுதந்திரமாகச் செயல்பட அனுமதிக்க வேண்டும். இப்படி அவமரியாதை செய்வது, அவமானப்படுத்துவது போன்ற செயல்கள் இந்த சமூகத்தின் மிகப்பெரிய கேடு. இது எந்த வகையில் நடந்திருந்தாலும் கண்டிக்கத்தக்கது.

எழுத்தாளர் எனத் தெரியாமல் நடந்திருந்தாலும் சக மனிதரின் மீது வன்முறையை ஏவுவது நல்லதல்ல. எல்லாவிதமான முன்முடிவுகளையும் நமக்கு இருக்கும் கருத்து மோதல்களையும் தூக்கி எறிந்துவிட்டு ஜெயமோகனுக்கு நடந்த விபத்தைக் கண்டிப்போம். காரணமானவர்களை விசாரித்துத் தண்டிக்க வலியுறுத்துவோம். மிகவும் வருத்தமாக இருக்கிறது.

■

மக்கள் ஊழியர்கள்

கிணத்துக்கடவு தொகுதியிலிருந்து கந்தசாமி, அறந்தாங்கியிலிருந்து திருநாவுக்கரசு, ஸ்ரீவில்லிபுத்தூரில் தாமரைக்கனி, வேதாரண்யத்தில் டி.வி.ராஜேந்திரன், மாயவரத்தில் கிட்டப்பா, நிலக்கோட்டை பொன்னம்மாள் என்று ஒரு காலத்தில் கட்சி பாகுபாடின்றி வேட்பாளருக்காக வாக்களித்த மக்கள் இருந்தார்கள்.

சட்டமன்றத் தொகுதியைச் சொன்னால் உறுப்பினரைச் சொல்லிவிடலாம் என்ற அளவில் மேற்சொன்ன அவர்களும் தங்கள் தொகுதிக்கு உட்பட்ட பகுதிகளில் மக்களைச் சந்திப்பதும் அவர்களுக்கான நலன்களைக் காப்பதும் என உண்மையான மக்கள் ஊழியம் புரிந்தார்கள்.

கட்சி அரசியலைத் தாண்டி இவர்களுக்காகச் செல்வாக்கு மிகுந்த பகுதிகளாக அறியப்பட்டிருந்த சட்டமன்றத் தொகுதிகளை மறுசீரமைப்பில் மாற்றி அமைத்தார்கள் தலைவர்கள்.

இன்றும் பல இளம் சட்டமன்ற உறுப்பினர்கள் இவர்களிடமிருந்து கற்றுக் கொள்ள நிறையவே இருக்கிறது.

■

Chicken of Tomorrow

1948 களில் அமெரிக்காவில் பன்றி இறைச்சி மற்றும் மாட்டிறைச்சிக்கு மாற்றாக இறைச்சி உருவாக்கப் போட்டி ஒன்று அறிவிக்கப்பட்டது.

அன்று இருந்த காட்டுக் கோழி இனத்தில் இருந்து மூன்று ஆண்டுகள் பலர் தொடர்ந்து ஆராய்ச்சி மேற்கொண்டு சிக்கன் ஆப் டுமாரோவைக் கண்டுபிடித்தார்கள். மரபணு மாற்றம் அப்படித் துவங்கியதுதான்.

இன்று டைனோ சிக்கன் வரை வந்து நிற்கிறது. உலகம் தொடர் சிந்தனையால் அறிவியல்வழி நின்று பல முன்னெடுப்புகளைச் செய்து வந்திருக்கிறது. அரசியல் தெளிவு கொண்ட, மக்கள் நலன் சார்ந்த அறிவியல் சிந்தனைப் போக்கைத் தீர்மானிக்க இளைஞர்கள் அவர்தம் பங்களிப்பு இன்றைய தேவை.

இந்தியாவில் காஷ்மீரில் உமர் அப்துல்லா, உத்தரப்பிரதேசத்தில் அகிலேஷ் யாதவ், ஆந்திராவில் ஜெகன்மோகன் ரெட்டி போன்றவர்கள் அவர்களின் தந்தைக்குப் பின் முதல்வர்களாகப் பதவி ஏற்றார்கள்.

தேவேந்திர பட்னாவிஸ் பாரதிய ஜனதாவின் இளம் முதல்வர். பி.ஏ.சங்மாவின் மகள், சரத் பவாரின் மகள், முப்தி முஹம்மது சையதுவின் மகள் எனப் பலரும் இளம் நாடாளுமன்ற உறுப்பினர்களாக இருந்தார்கள்.

காங்கிரஸ் கட்சியில் சச்சின் பைலட், ஜோதிர் ஆதித்ய சிந்தியா போன்ற இளம் தலைவர்கள் மத்திய இந்தியாவின் அசைக்க முடியாத நம்பிக்கையாக வளர்ந்து வருகிறார்கள்.

தேசம் முழுவதும் இளம் தலைமுறையினர் மக்களைச் சந்தித்து நம்பிக்கையைப் பெற்று இந்திய ஜனநாயகத்தை வலுப்படுத்த மாநில ஆட்சி முறையில் பெரும் மாற்றத்தை உருவாக்கத் தங்களை ஈடுபடுத்திக் கொண்டு இருக்கிறார்கள்.

தமிழ்நாட்டிலும் நமக்கு 44 வயதில் முதலமைச்சர் கிடைத்தார் ஐம்பது ஆண்டுகளுக்கு முன்பு. இன்று ஓ.பி.எஸ். ரவீந்திரநாத், கௌதம சிகாமணி, தனுஷ் குமார், கார்த்திக் சிதம்பரம், சு.வெங்கடேசன், ஜோதிமணி என இளம் பாராளுமன்ற உறுப்பினர்கள் கிடைத்து இருக்கிறார்கள். சட்டமன்றத்திலும் மகேஷ் பொய்யாமொழி, டி.ஆர்.பி.ராஜா, ஐ.பி செந்தில்குமார், எஸ்.எஸ்.சிவசங்கர், முனைவர் கோ.வி.செழியன், பழனிவேல் தியாகராஜன், தங்கம் தென்னரசு, மா.சுப்பிரமணியன் என்று இளம் உறுப்பினர்கள் மக்களைச் சந்தித்து மக்களுக்காகச் சிந்தித்துச் செயல்பட்டு வருகிறார்கள்.

இதையும் தாண்டி பலர் அவரவர் சார்ந்து இருக்கும் கட்சிகளில் பொறுப்புகளை எடுத்துக்கொண்டு செயல்பட்டு வருகிறவர்களும் உண்டு. விடியல் சேகர், ஜெயம் ஹாரூனின் மகன், ஜெயவர்த்தன் எனப் பட்டியலிடலாம். ஒன்றே முக்கால் கோடி இளம் வாக்காளர்களை தமிழ்நாடு கொண்டிருக்கிறது.

தமிழ்நாட்டின் வளம் திருடப்படாமல் பாதுகாப்பது, உரிமை பறிக்கப்படாமல் போராடுவது, கலாச்சாரம்

புனைவு 115

மீட்டெடுப்பது என்று பல்வேறு பணிகள் இவர்களின் தோள்களில் சுமத்தப்பட்டிருக்கின்றன.

புதிய சிந்தனை, கலாச்சார மாற்றம், அன்றாட மக்களின் தேவை, நிர்வாகச் சீரமைப்பு போன்ற பலவற்றிலும் இவர்கள் பார்வை வேறு ஒன்றாகவே இருக்கிறது. அது வளர்ந்து வரும் சமூகக் கட்டமைப்பை உலக நீரோட்டத்தோடு கலப்பது, உலகமயமாக்கல் வழியே உலகளாவிய பார்வைக்குக் கொண்டு செல்வதாகவும் இருக்கிறது.

இன்று மறைந்த முதல்வர், கலைஞர் அவர்களின் பிறந்த நாள். நேர்வகிடு எடுத்து சீவுவது ஒரு காலத்தில் மக்கள் மத்தியில் பிரபலமாக இருந்தது.

அடுக்கு மொழியில் பேசுவது, கருப்புக் கண்ணாடி அணிவது, நீளமாகத் துண்டு போட்டுக் கொள்வது என்று கலைஞர் அவர்களைப் பின்பற்றி மீசையும் உடல் மொழியையும் அமைத்துக்கொண்ட பல பேரை நான் பார்த்திருக்கிறேன்.

இன்று டிஜிட்டல் யுகத்தில் மரபணு மாற்ற அறிவியல் வந்துவிட்ட பிறகு இளைஞர்களின் போக்கும் சிந்தனையும் வெகுவாக மாறிப் போய்விட்ட காலத்தில் நாம் வாழ்ந்து கொண்டிருக்கிறோம். மொழி, கலாச்சாரம் இரண்டும் அபாயக் கட்டத்தில் இருக்கின்றன. திராவிட இயக்கங்கள் உடனடியாக இளைஞர்களை அதிகாரம் மிக்க பதவிகளில் அமர்த்தி அடுத்து வரும் சமூகத்திற்கு நம்பிக்கை அளிக்க வேண்டும். ஐம்பது ஆண்டுகளுக்கு முன் கிடைத்த 40 வயது கொண்ட தலைவர்கள் அன்றைய தமிழ்நாட்டை வெகுவாக முன் நகர்த்தினார்கள். இன்றைய இளைஞர்களும் உலகத்தோடு போட்டி போடும் தமிழ்ச் சமூகத்தைக் கட்டமைப்பார்கள்

என்பது என் நம்பிக்கை. இன்றைய காலம் இளைஞர்களின் காலம். கலைஞரின் பிறந்தநாளில் மாற்றத்திற்கான முதல் கல்லை எடுத்து வைப்போம் இளைஞர்களுக்கு வாய்ப்பளிப்போம்.

இந்தப் பதிவிற்கு நண்பர் Iniyan Kirubakar

ஒரு பின்னூட்டம் எழுதியிருந்தார் அது....

கவலைப்படாதீர்கள் சார்... பிறந்தது முதல் மக்களோடு மக்களாகத் தோள்கொடுத்து நின்று பல போராட்டங்களை முன்னெடுத்து வெற்றிகண்டு அதன்மூலம் அதிகாரத்தைப் பெற்ற இந்தச் சிந்தனைவாதிகள் நீங்கள் எதிர்பார்க்கிறபடி மக்கள் பணியாற்றுவார்கள்... ஹிஹிஹி... இன்ன சார் இவ்ளோ வெள்ளந்தியா இருக்கீங்க.. இவர்களில் ஒருசிலரைத் தவிர மற்றவர்கள் செல்லரித்துப் போன ஜனநாயகத்தின் எச்சங்கள்... இவர்களால் மீண்டும் வெளிநாட்டு இதழ்களில் 8ஜி, 9ஜி என நம்மூர் பேர் கொட்டை எழுத்தில் வராமல் இருந்தாலே அதிசயம்தான்...

....

இதற்கான பதிலை எனக்குத் தெரிந்த வரையில் இப்படிச் சொல்லி இருக்கிறேன்.

@Iniyan Kirubakar

கடந்தகால வரலாற்றை எடுத்துப் பார்த்தால் நாட்டின் எல்லாத் துறைகளிலும் நீங்கள் சொல்லுவது போன்ற விஷயங்கள் சிறிதும் பெரிதுமாக இருந்திருக்கும். கசப்புகளிலிருந்து நாம் கற்றுக்கொள்கிறோம். தமிழ்நாட்டில் தேர்தலில் நிற்பவர்களுக்கு மக்கள் தங்களால் முடிந்த பண உதவியைச் செய்து வாக்களித்த காலத்தை நான் பார்த்திருக்கிறேன். உதாரணமாக,

ஒரத்தநாடு தொகுதியில் எல்.கணேசன் எம்.எல்.ஏ பதவிக்குப் போட்டியிட்டால் மணியார்டரில் தமிழ்நாட்டின் பல பகுதிகளிலிருந்தும் மக்கள் பணம் அனுப்புவார்கள். பல சட்டமன்ற வேட்பாளர்கள் வாக்காளர்களிடமிருந்துதான் தேர்தல் செலவுக்கான பணத்தினைப் பெற்றுப் போட்டியிட்ட மாநிலம் தமிழ்நாடு. இதில் கட்சிப் பாகுபாடு எல்லாம் கிடையாது. அப்படி அவர்களுடைய தேர்தல் செலவுகளை ஏற்ற மக்கள் அவர்களைக் கொள்கை வழி விலகாமல் கேள்வி கேட்கவும் உரிமை பெற்றிருந்தார்கள். கட்சித் தாவல் தடைச் சட்டம் வராத காலத்தில் க.இராசாராம், கே.ஏ.கிருஷ்ணசாமி, அ.மாதவன், நாவலர் நெடுஞ்செழியன் போன்ற பெரியார் இயக்கத் தொண்டர்களைத் தலைவர்களாகக் கொண்டு அண்ணா திராவிட முன்னேற்றக் கழகம் ஆரம்பிக்கப்பட்டது. திராவிட முன்னேற்றக் கழகத்திலிருந்து பிரிந்து சென்றாலும் இவர்களால் அங்கும் ஓரளவிற்குக் கொள்கைகள் நிலைபெற்றன. நாஞ்சிலார் என்றழைக்கப்பட்ட நாஞ்சில் மனோகரன், மரியாதைக்கு உரிய சுப்புலட்சுமி ஜெகதீசன் போன்றவர்களும் தேர்தல் களத்தில் நேர்மையாகச் செயல்பட்டவர்கள்தான். அன்றைய தேர்தலையும் அதன் வழிமுறையையும் மக்கள் பெற்றிருந்த கொள்கைத் தெளிவையும் இன்றைக்கு மக்களிடம் பார்க்க முடிகிறதா? காலம் வெகுவாக மாறிக்கொண்டு வருகிறது. இனிவரும் காலங்களில் இளைஞர்கள் நமது நம்பிக்கை. அதன் பட்டியல் வேண்டுமானால் மாறலாம், இளைஞர்கள் என்னும் பதம் மாறாது. அண்ணாவின் அரசியல் பிரவேசத்திற்குப் பிறகான தமிழ்நாட்டின் தேர்தல் களம் என்பது மக்களால் மக்களுக்காக என்று மாற்றம் பெற்றது. இன்று நாம் மேலும் தெளிவடைய வேண்டிய

காலத்தில் இருக்கிறோம். ஆழ்ந்த சிந்தனையோடு நாம் அரசியல் முன்னெடுப்பை மக்களிடமிருந்து பெறத் தயாராய் இருக்க வேண்டிய காலம் இது. மக்களும் விழிப்படைய வேண்டிய காலம். இதில் கடந்தகால கசப்புகளைப் பேசிப் பயன் என்ன என்பது என் பார்வை.

சிதம்பரம் கொஸ்த்து

கும்பகோணம் வட்டாரத்தில் சாட்டை என்னும் சமையற்காரர் மிகப் பிரபலம். மதிப்பிற்குரிய மூப்பனார் வீட்டுத் திருமணங்கள் எல்லாம் அவர்தான் சமைப்பார். இன்றும் பல பேர் நாங்கள் சாட்டை குரூப் என்று பெயர் வைத்திருக்கிறார்கள். மாயவரம் ஏ.வி.சி.திருமண மண்டபத்தில் ஒரு திருமணத்தின் போது எழுபதுகளின் மத்தியில் எனக்கு அறிமுகமான பெயர் சிதம்பரம் கொஸ்த்து. அன்றிலிருந்து அதன் ரசிகன் நான்.

கத்திரிக்காயில் செய்யப்படும் பதார்த்தம்தான் அது. வல்லம்படுகைக் கத்திரிக்காய் இந்தப் பகுதிகளில் வெகு பிரபலம். ராமர் பானம், பச்சை, நாட்டுக்காய் என்றெல்லாம் பலவகைக் கத்திரிக்காய்கள் இருந்த காலம் அது. நாகப்பட்டினம் பக்கத்தில் திருப்பூண்டி பறவைக்கும் கத்திரிக்காய்க்கும் பிரபலமான ஊர். குண்டு மிளகாய், சாத்தூர் மிளகாய் எனக் காய்ந்த மிளகாய் பல வகை உண்டு. இவற்றைத் தேர்வு செய்து பொடி அரைத்து உருவாக்கப்படுவதே மேற்சொன்ன சிதம்பரம் கொஸ்த்து. இப்பொழுதும் செய்து கொடுக்கிறார்கள்.

பாரம்பரியக் கத்திரிக்காய்களையும் மிளகாயையும் சேகரிப்பது பெரும்பாடாக இருக்கிறது. சமைக்கும் பொழுது ஊரைக் கூட்டும் அதன் வாசனை. கூடவே அயன் அக்மார்க் நல்லெண்ணெய்.

இன்று எனக்குக் கிடைத்தது. ரசனைக்கும் ருசிக்கும் தொடர்பிருக்கிறது. இதில் சின்ன மாணிக்கம், பெரிய மாணிக்கம் வகை என்றும் ஒன்று உள்ளது.

இன்றைய பொழுது இப்படியாக அமைந்தது என் பாக்கியம்.

■

மொய் விருந்து

சிவாஜி கணேசன், எம்.ஜி.ஆர், காலம் தொட்டு திரைப்படத் துறையில் நடக்கும் விஷயம்தான். ஓராண்டுக்கு பத்துப் படங்கள் நடித்துக் கொடுக்கும் நெருக்கடி மிகுந்த காலத்தில் கதாநாயகர்கள் தயாரிப்பாளருக்கு உதவும் விதத்தில் 7 முழு நாள் கால் சீட் அல்லது துண்டு துண்டாக மூன்று மாத கால்ஷீட் மற்ற படங்களின் இடைவேளையில் தந்து உதவுவது வழக்கம். அப்படியான லோ பட்ஜெட் படங்கள் வியாபாரத்திற்காக மொய் விருந்து போலப் பயன்படும்.

திரைப்படம் எண்ணிக்கையில் ஒன்று கூடுமே அன்றி வேறு ஒன்றும் பலனில்லை. அப்படித்தான் சிவகார்த்திகேயன் யாருக்கோ உதவுவதற்கு ஒரு படத்தை நடித்துக் கொடுத்திருக்கிறார் இடைவேளைகளில்.

மூன்று நாள் மொய் விருந்து முடிந்த நிலையில் இதுபோன்ற கேவலங்களை இனி வரும் காலங்களில் அரங்கேற்றாமல் இருப்பது நாயகர்களுக்கும் தயாரிப்பாளர்களுக்கும் நன்று.

பொழுதுபோக்கு என்று நம்பி நாமும் இந்த அவஸ்தைகளில் சிக்காமல் இருக்கலாம். முடிந்தால் மூன்று நாட்கள் டிக்கெட் எடுத்தவர்களுக்கு வேறொரு இதுபோன்ற அல்லாத ஒரு திரைப்படத்திற்கு இலவச அனுமதியை ஞானவேல்ராஜா அறிவித்தால் மகிழ்வேன்.

■

ஜல சமாதி

எதுவும் இங்கே மாறவில்லை. தற்காலம் என்பது மொழி, நடை, அழகியல் சார்ந்ததா?

அவ்வாறெனின் கல்யாணராமனின் சிறுகதை பெரும் தொடர்ச்சியின் சம்பவங்களைச் சேர்த்து கால எந்திரத்தில் ஏற்றி சமகால நிகழ்வுகளுக்கு மேலே வைத்து விசாரணை செய்கிறது. ஒவ்வொன்றும் கற்பிதங்கள். ஒவ்வொன்றும் சம்பவங்கள். ஒவ்வொன்றும் நாடகங்கள். ஒவ்வொன்றும் உரையாடல்கள்.

வடிவம், வண்ணம், வார்த்தைப் பிரயோகம் எதுவும் இங்கு மாறவில்லை. கோவில் கட்டப்படுமா? காவிரியில் தண்ணீர் வருமா? விசுவாசம், மக்களுக்குச் சேவை செய்வதில் இருக்கிறதா?

மீறல், நீதி என்னவாகிறது போன்ற தற்கால வார்த்தைப் பிரயோகங்களைக் காலத்தில் ஏற்ற முடியாத தொலைவில் எழுதப்பட்டதாகச் சொல்லப்படும் கதாபாத்திரங்களைக் கொண்டு விசாரிக்கச் சொல்லும் யுக்தி, செவ்வியல் தன்மையை இக்கதைக்குக் கொடுத்த போதிலும் கற்பனைக்கு இடம் கொடுத்து வாசகனை யூகிக்க, ஒப்பிட்டுப் பார்க்க வைத்ததன் மூலம் நவீனப் பரப்பில் முக்கியமான கதையாக மாறுகிறது. எதுவும் இங்கே மாறவில்லை. மாறிவிட்டதான தோற்ற மயக்கமே மாற்றமாகப் பாவிக்கப்படுவதை கதை தோலுரிக்கிறது.

வாழ்த்துகள்.... தடம் இதழில் வெளிவந்த கல்யாணராமனின் சிறுகதை வாசித்துப் பாருங்கள். ∎

கபீர்

இந்திய பக்திமார்க்கம் அருளிய கொடைகளில் ஒருவர் கபீர். நாத்திகர்களால் எளிதில் புறந்தள்ளமுடியாததும், அடையாள அரசியல் செய்யும் ஆத்திகர்களால் உட்செறிக்க முடியாததுமான உள்ளடக்கம் கொண்டவை அவருடைய பாடல்கள். என்.பி.டி தேசிய வரலாற்று வரிசையில் வெளியிட்டுள்ள 'கபீர்' என்ற சிறு நூலில் சில பாடல்களும், சாகித்திய அகாதமி வெளியீடான 'கபீரின் அருள்வாக்கு' என்ற மற்றொரு நூலில் பல பாடல்கள் உரைவடிவிலுமாக ஏற்கனவே தமிழில் மொழியாக்கம் செய்யப்பட்டுள்ளன. செங்கதிர் மொழியாக்கம் செய்திருக்கும் 'புன்னகைக்கும் பிரபஞ்சம்' என்ற இந்நூலில் கபீர் கவிதைகளின் ஆழத்தையும், வீச்சையும் பிரதிநிதித்துவப்படுத்தும் விதமாக அவருடைய பதங்கள், சாக்கி, ரமைனி ஆகிய பாவகைகளின்றும் தெரிவு செய்யப்பட்ட நூற்றுக்கும் அதிகமான கவிதைகள் உள்ளடங்கியிருக்கின்றன. இந்தி மூலத்துடன் ஒப்பிடப்பட்டு, மொழிபெயர்க்கப்பட்டுள்ள இந்நூல் தமிழுக்கு முக்கிய வரவு.

மாற்றம்

கல்கி தீபாவளி மலர் வீட்டிற்கு வந்தது.

கோபுலு, மாதவன், சில்பி, மணியம், ஜி.கே மூர்த்தி, லதா, வேதா, மாருதி, ஜெயராஜ், மணியம் செல்வன், செல்லம், மணிவேல், பத்மாவாசன், ராமு, மனோகர், ஷ்யாம் என்று கதை விளக்கப் படங்களுக்கென்றே *(பத்திரிகை ஓவியங்கள்)* ஓவியர்களின் பெரும் பட்டியல் தமிழில் உண்டு.

தீபாவளி மலர்களில் வெளிவரும் படங்களுக்குத் தனித்த அழகியல் உண்டு. ராமர் பட்டாபிஷேகம் முதல் பல படங்கள் சட்டமிட்டு மாட்டிக்கொள்ளும் வகையில் அச்சிடப்பட்டதும் உண்டு.

ஒவ்வொருவரும் தங்களின் தனித்த அடையாளங்களோடு படம் போட்டவர்கள்தான்.

இந்த மரபிற்கு காலண்டர் ஓவியங்கள் முன் நிற்கின்றன. கம்பெனி பெயிண்டிங்குகள், தஞ்சை பாணி ஓவியங்கள், கோவில் சுவர் சித்திரங்கள் போன்றவை அழுத்தமான கோடுகளுக்கு இடையில் வண்ணக் கலவைகள் கொண்டு வரையும் முறைமையை இவர்கள் தொடர்ந்திருக்கிறார்கள் என எடுத்துக்கொள்ளலாம்.

இரண்டு பரிமாண சித்திரங்கள் நாயக்கர் காலத்திற்கு முன்பிருந்தே நம்மிடம் இருப்பவைதான்.

ஆனந்தவிகடன் பத்திரிக்கை ஓவியர்களுக்கு மிகப்பெரிய சுதந்திரத்தையும் அங்கீகாரத்தையும் மரியாதைக்குரிய வாசன் அவர்களின் காலத்திலிருந்தே கொடுத்து வந்திருக்கிறது. நவீனம் அல்லது சமகாலம் எனப் பார்த்தால் பல்வேறு காலகட்டங்களில் மாற்றங்களை ஓவியர்கள் முன்னெடுத்திருக்கிறார்கள்.

மரியாதைக்குரிய மாலன் அவர்களிடம் கருத்துக் கேட்டேன். எண்பத்தி ஒன்றிலேயே திசைகள் பல முயற்சிகளைச் செய்திருப்பதாகச் சொன்னார்கள்.

அச்சுப் பொருட்களைப் பயன்படுத்தாமல் கொலாஜ், லினோ கட் போன்றவைகள் பரீட்சித்துப் பார்த்ததாகத் தெரிந்து கொண்டேன். இந்தியா டுடே தொண்ணூறுகளின் துவக்கத்தில் வெளியிட்ட இலக்கிய மலர் முற்றிலும் வேறு வகையான ஓவிய பாணியைத் தமிழர்களுக்கு அடையாளம் காட்டியது. கே.எம்.ஆதிமூலம், ஆர்.பி.பாஸ்கரன் போன்றவர்கள் அதன் பின்புலமாக இருந்தார்கள்.

வாசுதேவ், முரளிதரன், பழனியப்பன், டக்லஸ், சந்துரு, அஸ்மா மேனன், சஜிதா, நடேஷ், அபராஜிதன், சேனாதிபதி, அச்சுதன் கூடலூர், விஸ்வம் என்ன பெரும் எண்ணிக்கையிலான சமகால ஓவியர்கள் அச்சு ஊடகங்களுக்கு வந்தார்கள்.

வாசந்தி, அரவிந்தன் போன்றவர்கள் இந்தியா டுடேவில் இருந்தார்கள்.

இன்று நம்முடைய அச்சு பத்திரிக்கைகள் எவ்வாறு இயங்குகின்றன என்று பார்த்தால் ஏமாற்றமாகத்தான் இருக்கிறது.

ஹிந்தி, மலையாளம், வங்காளம் போன்ற மொழிகளில்

வெளிவரும் பத்திரிக்கைகள் ஹைப்பர் ரியாலிட்டியில் இருந்து வெளியேறி வெவ்வேறு பரிசோதனை முயற்சிகளை மேற்கொண்டு வருகின்றன.

நாம் எங்கோ ஓரிடத்தில் வழிதவறி வீங்கிப் போய் விட்டதாகவே தோன்றுகிறது. தமிழ் இதழியல் வரலாற்றில் இல்லஸ்டேஷன் பெரிய மாறுதல்களை அல்லது பரிசோதனைகளை முன்னெடுக்கவில்லை என்றெல்லாம் சொல்லிவிட முடியாது. வரைகலை கணினி மயமாக்கப்பட்ட பின்பு எத்தனையோ சாத்தியங்கள் இருக்கத்தான் செய்கின்றன. மென்பொருள் உபயோகமும் அதன் உச்சபட்ச சாத்தியக்கூறுகளையும் ரோகிணி மணி, மணிவண்ணன், சந்தோஷ் போன்றவர்கள் பரிசோதித்து நல்ல முறையில் சோதனைகளைச் செய்து கொண்டுதான் இருக்கிறார்கள். உள்ளடக்கம், ரசனை, அழகியல், செய்முறை என எல்லாவற்றையும் சமகால போக்குகளில் முன்னெடுத்துச் செல்ல பத்திரிக்கை நண்பர்கள் முன்வர வேண்டும். கல்கி பாரம்பரியமான வணிகப் பத்திரிகை என்பது நம் எல்லாருக்கும் தெரிந்தது தான். தீபாவளி மலரில் ஓரளவிற்கு முயற்சித்துப் பார்த்திருக்கிறார்கள்.

ஆசிரியர் குழுவிற்கு வாழ்த்துக்கள்.

■

பிரதான்மந்திரியும் தாய்மொழியும்

அவர் வந்திருந்தால் இது நடந்திருக்காதோ என்று தோன்றியது. எப்பொழுதும் போல் தான் நான் இயல்பாய் இருக்க முயற்சித்தேன். யாரிடமாவது சொல்லியே ஆகவேண்டிய கட்டாயம் இருக்கிறதா என்கிற கேள்விதான் என்னை அஜந்தா குகைகளை நோக்கி நகர்த்தியது. அப்பொழுதெல்லாம் கஜுராஹோ என்ற பெயரில் பியர் பாட்டில்கள் ஐஸ் பெட்டிகளில் அடுக்கப்பட்டு அஜந்தா குகைகளுக்குக் கீழே விற்கப்படும். ஏறக்குறைய ராயல் சேலஞ்ச் பியர் அருந்தாத காலம் அது.

எப்பொழுதுமே எனக்குத் தாகம் எடுத்தால் அது ஒரு பியர் பாட்டிலும் விஸ்கியில் ஓர் அரை பாட்டிலும் தேவைப்பட்ட வயது. அன்றும் அப்படித்தான் அஜந்தாவின் குகைகளில் விளக்கின் ஒளியை மாற்றியமைத்தால் புத்தரின் விக்கிரகம் சிரிப்பதும் சோகமாகிப் போவதுமான ஒளி நிழலை மாயமாய் பிரதிபலிக்கும் குகைக்குள்ளே நுழைந்தேன்.

அஜந்தா குகைகளின் சுவர்களில் விதானங்களில் வரையப்பட்ட ஓவியங்கள் மிகச் சாதாரணமான மன நிலைக்கு என்னை இறக்கின. மதராஸ் ரெஜிமெண்டின் வீரர்கள் கண்டுபிடித்த குகைகள் பின்னாட்களில் நந்தலால்போஸால் இந்திய ஓவியங்களுக்கான

அடிப்படையாக எடுத்துக்கொள்ளப்பட்ட பின்பு என் போன்ற ஆரம்ப நிலை வரைவார்களுக்குத் தமிழின் கதை சொல்லியான கல்கியைப் படித்திருந்ததால் மட்டுமல்லாமல் பார்க்கத் தூண்டுவதற்கும் ஏதோ தோன்றியிருக்க வேண்டும்.

இன்று பாரதத்தின் பிரதமர் என்று சொல்ல வேண்டுமென்று தோன்றினால் இல்லை இந்தியப் பிரதமர் என்று சொல்லிப்பாருங்கள் என்று இடைமறிப்பவர்களிடம் என் காதுகளைக் கொடுத்தபோது ஏற்பட்ட விவாதம் மொழியைப் பற்றியது அல்ல.

வத்தலக்குண்டுவிலோ, தேனியிலோ வேறு ஏதோ ஓர் ஊரிலோ பேருந்துநிலையத்தில் எண்பதுகளின் தொடக்கத்தில் மைக் செட்டில் ஃபுனல் ஹாரனும், திரைப்பாடல்களை ஒலிக்கும் இசைத்தட்டுகளும் பிரபலமாக இருந்த நாட்கள். பேருந்துகளின் பெயர்ப் பலகைகளில் எழுதப்பட்ட எழுத்துகள் எழுத்துக்கூட்டிப் படிக்கத்தெரியாத மக்கள் நிரம்பிய நாட்டில் எந்த நம்பிக்கையில் எழுதப்பட்டிருந்தன.

மக்கள் எழுத்துகளைப் படிக்க அர்த்தம் புரிந்து கொள்ளப் புரிந்தவற்றை எழுதிவைக்கத் தொடங்குவார்கள் என்கிற நம்பிக்கையிலா? எழுதப்பட்ட எழுத்துகள் என்பன படித்துப் புரிந்துகொள்பவர்களைக் காட்டிலும், கதை சொல்பவர்களால் பிரச்சாரகாரர்களால் எடுத்துச் சொல்லப்பட்ட கருத்தியல் ரீதியாக மாற்றுக் கருத்தையோ, மாற்றுச் சமூகத்தையோ உருவாக்கியவர்களே அதிகம்.

உருவாக்குபவர்கள் சாதக பாதகங்களை ஆராய்ந்து உருவாக்கினார்களா? நமக்குச் சங்க இலக்கியங்கள் கிடைக்காமல் போயிருந்தால், பக்தி இலக்கியங்கள் படைக்கப்படாமல் இருந்திருந்தால் தற்காலம் என்பது

எப்படி இருந்திருக்கும்? எப்பொழுது நாம் படிக்கத் தொடங்கினோம்? தொடக்கத்திலிருந்து இன்றுவரை எதைப் படித்துக்கொண்டிருக்கிறோம்? எதற்காகப் படிக்கிறோம்? படித்தவற்றைப் புரிந்துக்கொண்டிருக்கிறோமா? புரிந்தவற்றைப் புரியும்படி எடுத்துரைக்கிறோமா என்றும் கூட என்னை நான் கேட்டுக்கொள்கிறேன்.

மலையாளத்தில் கல்பட்டா நாராயணன் எழுதிய நாவலைத் தமிழில் கே.வி.சைலஜா மொழிபெயர்த்த போது அதற்கான முழுப்பக்க அளவில் பன்னிரண்டிற்கும் மேற்பட்ட சித்திரங்களை வரையும் வாய்ப்பைப் பெற்றேன். நாவலுடைய மூலம், மலையாளமாக இருந்தபோதும் என் தாய்மொழியில் படிக்க கிடைத்ததன் மூலமாக நான் தூண்டப்பெற்று சித்திரங்களை வரைய முற்பட்டபோது சித்திரங்களுக்கான மூலங்களை வாரணாசியின் தெருக்களிலும், கஜுராஹோவின் சிற்பங்களிலும், போபாலின் பழங்குடி மக்களின் வாழ்விடங்களிலிருந்தும் பிம்பெட்கா குகைகளிலிருந்தும் பெற்றுக்கொண்டுதான் படைக்க முடிந்தது.

ஒரு பயணம் என்னை வெகு தூரத்திற்கு அப்பால் உள்ள ஒரு வட்டாரத்தில் இறக்கிவிட்ட மதியவேளை, தமிழின் மிகச்சிறந்த எழுத்தாளர்களின் ஒருவரான நாஞ்சில் நாடனோடு உணவருந்திய தருணத்தில் ஒன்றரை லட்சம் சொற்களுக்கு மேல் இந்த மொழியில் இருந்ததாகச் சொன்னார். சொற்கள் தொலைந்து போனதை ஆதங்கப்பட்டுப் பேசிக்கொண்டிருந்தார். மாலையில் எனக்கு விழா தொடங்கும் மேடையின் அழகும் கூடியிருந்த வாசகர்களின் அடர்த்தியும் வெளியிடப்பட்ட புத்தகமும் மிகுந்த மகிழ்ச்சியைத் தந்தது. பேசியவர்கள் இந்தப் புத்தகம் எழுதப்பட்ட விதத்தையும் அதன் வடிவம் கதையா அல்லது

கட்டுரையா என்பதில் தொடங்கி அது நண்பர்களால் எழுதப்படவில்லை என்றும் கருணாவால் மட்டுமே எழுதமுடியும் என்றும் பின்பு சுயசரிதை சார்ந்த அனுபவங்களின் வெளிப்பாடு என்றும் பேசிச் சென்றார்கள். எழுத்தாளர் சுஜாதாவின் மீது கொண்ட பற்று அவரைத் தொடர்ந்து வாசித்ததால் ஏற்பட்ட ரசனை பாதிப்பு கருணாவை எழுத வைத்திருப்பதாகவும் கேட்க முடிந்தது.

சுஜாதா போன்ற எழுத்தாளர்கள் எழுதி வந்திருப்பதும் அதன் தொடர்ச்சியாகப் பலர் எழுத வந்திருப்பதும் தமிழுக்கு மிகப்பெரிய பங்களிப்பு என்பதைக் குறியீடாக எடுத்துக்கொண்டால் பல எழுத்தாளர்களைத் தொடர்ந்து எழுதுபவர்கள் எல்லா மொழிக்கும் அமைந்திருக்கும் பண்புகள் தான். மொழி என் போன்ற சித்திரகாரர்களுக்கு எப்படியான தாக்கத்தை ஏற்படுத்துகிறது என்பதை கோபு ராசவேலு கருணாவினுடைய 'கவர்னரின் ஹெலிகாப்டர்' என்கிற புத்தகத்திற்கு வரைந்து கொடுத்த சித்திரங்களிலிருந்து பார்க்க முயல்கிறேன்.

சித்திரங்களுக்கு எழுத்தைப்போன்று வட்டாரமும், ஓர் இனத்தின் அடையாளமும் ஆதிக்கம் செலுத்துகிறதா என்று பார்த்தால் எனக்குத் தோன்றுவது எண்ண எழுச்சியின் உணர்வுத் தூண்டலின் வெளிப்பாட்டிற்கு எந்த எல்லையும் அமையப்பெறாத உலக மொழியாகத்தான் சித்திரங்களைச் சித்திரகாரர்களைப் பார்க்கமுடிகிறது.

மொழியின் அதிகாரம் ஆதிக்கமாக ஆக்கிரமிப்பாகப் பார்க்கப்படும் அதே வேளையில் அறிவின் விசாலம் விஸ்தரிக்கப்படுவதாகவும் என்னால் பார்க்க முடிகிறது. அஜந்தா என்னை மகிழ்வூட்டியிருக்கலாம் என் மூதாதையர்களை என் கண் முன்னே நிறுத்தியிருக்கலாம் ஓர் ஆவணமாக. ஒருபோதும் அது போதையூட்டுவதாக

புனைவு 131

இருந்ததில்லை. கல்கியின் மொழி அஜந்தாவை எனக்குப் போதையூட்டுவதாக அமைத்ததில் மொழியின் அதிகாரம் தன் எல்லைகளை விஸ்தரிப்பதை பார்க்கமுடிகிறது.

அன்றாட வாழ்வில் எதிர்கொள்ளும் பல நிலைப்பாடுகளில் நம்மை அறியாமலேயே எல்லா அந்நிய மொழிகளையும் கையாள ஆரம்பிப்பதிலிருந்து தொடங்குகிறது நம் மொழியின் வீழ்ச்சி. பிற மொழிகளின் ஆதிக்கமும் அவ்வாறே தொடங்குகிறது.

எழுத்துருக்கள் படிக்கக் கிடைத்த வடிவங்களின் வளர்ச்சியையும் எழுத்துருக்களைப் படிக்கத் தெரிந்தவர்களின் வளர்ச்சியிலும் விஸ்தாரமடைகிறது. சொல்லப்பட்டு வந்ததும் சொல்லப்படுவதற்காகச் சொல்லிக்கொடுப்பதும் கற்பிக்கப்பட்டதே அன்றி இயல்பும் இயற்கையும் அல்ல, மொழி என்னும் ஆதாரம். தொடர்ந்து வருவதும் தொடர்வதற்கு அனுமதிப்பதும் இயற்கையின் இயல்பு. இயல்பில் நின்று பார்த்தால் சித்திர எழுத்துக்கள் வட்டெழுத்துகளாகி வட்டெழுத்துகள் இன்றைய நிலைக்கு வளர்ச்சி பெற்று பின்னாட்களில் என்னவாக வேண்டுமானாலும் உருமாறலாம்.

சமையல் எரிவாயு பதிவு செய்வதற்குக் கைப்பேசியைப் பயன்படுத்தினால் பிரதம மந்திரியின் உரை வேற்று மொழியில் எனக்குக் கேட்பது போன்று வேற்று மொழியாளருக்கு என் மொழியில் கேட்கும்வரை எனக்கு எந்த கேள்வியும் இல்லை. கேட்காமல் போனதற்கு நான் வேற்று மொழியாளனாக மாறிப்போனதே காரணமாகவும் இருக்கலாம்.

பிரதான் மந்திரியின் தாய்மொழி வேறாகவும் தேசத்தின் மொழி என்று அதிகாரக் கட்டமைப்பால் அறிவிக்கப்படும்

மொழி என்பது வேறாகவும் கேட்பவனான எனக்குப் புரியும் வகையில் வத்தலக்குண்டு பேருந்து நிலையத்தில் படிக்கத் தெரியாத எனக்குப் பெயர்ப்பலகை என்னவாக இருந்தால் என்ன, பச்சை நிறப் பேருந்து மதுரைக்குப் போகுமா என்ற வகையில் புரிந்துகொள்கிறவரை.

எந்த மொழியில் வேண்டுமானாலும் நான் பேசுகிறேன், ஆனால் என்னுடைய கலாச்சாரத்தையும் கருத்தையும் மட்டும்தான் நான் பேசுவேன் என்கிற நிலைப்பாட்டிற்கும் நீங்கள் என்ன வேண்டுமானாலும் பேசுங்கள் அதை என்னுடைய மொழியில் பேசுங்கள் என்கிற நிலைப்பாட்டிற்கும் எவ்வளவு வித்தியாசம்?

அஜந்தாவின் வண்ணங்களுக்கும் கல்கியின் எழுத்துகளுக்கும் உள்ள வித்தியாசம் என் வாழ்விற்கும் என் சிந்தனைக்கும் அதுவே அடையாளம்.

■

வாழ்ந்துகொண்டிருக்கிறார்

அலையன்ஸ் ப்ரான்சிஸில் ஒரு சிறிய கண்காட்சிக் கூடம் இருந்தது. மதராஸின் பல ஓவியக் கலைக் காட்சிகளுக்குத் தொடர்ந்து ஒரு காலத்தில் அவர் வந்துகொண்டிருந்தார். நானும் பாலுவும் கூட ஆஜராகி விடுவோம்.

ஓவியம், சிற்பம், வடிவமைப்பு, புகைப்படம் போன்ற காட்சிக் கலைகளுக்காக ஒரு சிற்றிதழை நானும் பாலுவும் தொடங்கினோம். அதன் வெளியீட்டு விழாவிற்கு அழைப்பதற்காக வேளச்சேரியில் ஒரு சிறிய குடியிருப்பின் முதல் தளத்தில் தங்கியிருந்த அவரைச் சந்தித்து அழைத்தோம். மிகுந்த நகைச்சுவையோடு என்னை எதிர்கொண்டவர் 'எத்துணை காலம் நடத்தப் போறேள்...' என்றார்.

சிரித்துக்கொண்டே சொன்னேன்: 'பாக்கலாம் சார்'.

பின்னாட்களில் ஒருநாள், எழுத்தாளர் ஜெயந்தனின் மறைவுச் செய்தியைக் குறிஞ்சி வேலனுக்கும், வெங்கட் சாமிநாதனுக்கும் சொல்லிய பின், அவருக்குத் தொலைபேசினேன். 'ரொம்ப மோசமாருக்கேன். சொல்லுங்கோ...' என்றார்.

விஷயத்தைச் சொன்னதும், 'எனக்கும் இப்படி நீங்க சொல்வேளா...' என்ற போது நிச்சயம் அப்படி ஒருநாள் வரும் என்று நினைத்திருப்பேனா!

சொல்வனத்திற்காக நண்பர் சுகாவும், பாஸ்டன் ரவியும் தினமணி சிவக்குமாரும் மற்றும் சிலரும் சேர்ந்து என்னுடைய ஸ்டூடியோவில் அவரின் முழுமையானதொரு பேட்டியை எடுத்தோம். அந்த ஆண்டு காலச்சுவடு வெளியிட்டிருந்த கேலண்டரில் பாலசரஸ்வதியின் கோட்டோவியத்தைப் பார்த்துவிட்டு 'ஓ... இப்படி ஒன்னு போட்ருக்காளா...?' என்று கேட்டார்.

'எடுத்துக்கோங்க சார். உங்களுக்குதான்...' என்றேன்.

'கண்ணன் கொடுப்பானோ... என்னவோ...! எனக்கேவா...?' என்றார்.

பல சந்தர்ப்பங்களில் அவருடைய நகைச்சுவைக்கு நான் மாத்திரம் அடிமையல்ல. கையில் வைத்திருந்த பையை வாங்கப் போனவரிடம் அதன் பலத்தில்தான் நான் நிற்கிறேன் என்றதும் அரங்கமே அதிர்ந்தது. ஒருமுறை மாமல்லனைப் பார்த்து 'மாமல்லனா வாலண்டயராக்கும்னு நெனச்சேன்' என்றதும் நினைவில் இருக்கிறது. அவர் ஆசிரியராய் இருந்த கணையாழியில் நான் இணையாசிரியராகப் பொறுப்பிலிருந்ததை என் வாழ்வின் கௌரவமாகவே நினைத்துக் கொள்கிறேன்.

கடந்த ஆண்டு தொடர்ச்சியாகப் பலமுறை அவரைச் சந்தித்திருக்கிறேன். ஒரு மொழிபெயர்ப்பாளரிடம் சிறிது நேர உரையாடலுக்குப் பின்பு தன் காது வலிப்பதாகச் சொன்னதும் கூட எனக்கு நினைவிருக்கிறது. கமலாம்மா சென்னைக்கு வந்திருந்தபோது நானும் கண்ணனும் உடன் சென்று அவருடன் நீண்ட நேரம் பேசிக் கொண்டிருந்தோம். அவருக்கு கமலாம்மா வயதொத்தவர்களும் மண்குதிரை வயதொத்தவர்களும் ஒன்றுதான்.

ஜி.நாகராஜனைப் பற்றிக் கூட அவர் அதிகம் சொல்லிக் கொண்டிருந்தார். தொழில்நுட்ப வளர்ச்சியில் தன்னை எப்பொழுதுமே அவர் புதுப்பித்துக்கொண்டுதான் வந்திருக்கிறார் என்பதற்கு ஸ்மார்ட் ஃபோன்களைப் பற்றி என்னிடம் நிறையப் பேசியிருக்கிறார். அவருடனான உரையாடலில் அவருடைய வயதை நம்மால் கணிக்க இயலாது.

கவிஞர் கலாப்ரியாவிடம் பேசிக்கொண்டிருந்த நேற்றைய இரவு வேளையில் கிருஷ்ண பிரபு - முரளிதரனின் அந்தக் குறுஞ்செய்தியைக் காட்டியபோது சற்று மனம் கலங்கித்தான் போனது. ராமாநுஜமும் வெங்கட்சாமிநாதனும் நம்மிடையே இல்லை. இப்பொழுது நீங்கள்...

இந்தச் செய்தியை முத்துசாமிக்கு நான் சொல்லப் போவதில்லை என்று எண்ணமிட்டவாறு வேளச்சேரி ப்ளூம்ஸ் மருத்துவமனைக்கு நானும் கேபியும் விரைந்தோம் கண்ணனின் வழி காட்டுதலில்.

வண்டியை நிறுத்திவிட்டுத் திரும்பிப் பார்த்தால் ஆம்புலன்ஸில் அவர் உடல் எங்களைக் கடந்துகொண்டிருந்தது. பின்தொடர்ந்து அவருடைய மகன் ராமகிருஷ்ணன் வீட்டின் தரை தளத்தில் நிறுத்தப்பட்ட வாகனத்திலிருந்து அவருடைய உடலைத் தொட்டுத் தூக்கி முதல் தளத்தில் தலையை வடக்கு பார்த்து வைத்துவிட்டு மீண்டும் ஒருமுறை வணங்கி விடைபெற்றோம்.

என்னால் விடைபெற முடியவில்லை. கேபிக்கும் அப்படித்தான் என நினைக்கிறேன். அவன் யார் யாருக்கோ முகவரியை அனுப்பிக் கொண்டிருந்தான். அதில் ஒருவனுக்குக் கேபியின் வயதில் பாதி.

இன்னொருவருக்கோ அவரை விட வயது அதிகம்.

இங்கே செய்திகள் சொல்ல, இலக்கியங்கள் சமைக்க, படைப்பாளியைக் கொண்டாட அடுத்தடுத்த தலைமுறைகள் வந்து கொண்டிருக்கிறார்கள். அசோகமித்திரன் இருந்திருந்தால் என்ன சொல்லி இருப்பார். ஞானக்கூத்தன் வீட்டில் சொன்னதுபோல்,

"நாம வர்றது அவருக்குத் தெரியவா போறது... இருக்கறவாளுக்கு நம்மளதாந் தெரியப் போறதா..."

We miss you sir... The great soul ashokamithran.

நான் கண்டடைந்த மனிதன்

ஏழெட்டு வருடங்கள் இருக்கலாம், ஒவ்வொரு நாளும் வாசிப்பதை வழக்கமாகக் கொண்டிருந்த எனக்குக் கவிதைகள் படிப்பதில் சற்று சுணக்கம் இருந்தது.

கவிஞர் வேல் கண்ணன் எழுதும் கவிதைகள் கண்ணில் பட்டன. அதன் பிறகு தேடிப்பிடித்துப் படித்துக் கொண்டிருந்தேன்.

வம்சி பதிப்பகம் அவருடைய முதல் தொகுப்பைக் கொண்டுவந்தார்கள். ஒரு நாள் கவிஞர் சக்தி ஜோதியின் நிகழ்ச்சி ஒன்று டிஸ்கவரி புக் பேலஸில் நடந்தது. நல்ல மழை. சுந்தரபுத்தனை நீண்ட வருடங்களுக்குப் பிறகு சந்தித்தேன். பல வருடங்களுக்கு முன்பு பிலிம் சேம்பரில் அய்யப்ப மாதவனை நீண்ட ஜிப்பாவுடன் ஒரு புத்தக வெளியீட்டில் பார்த்த பிறகு அன்று தான் பார்க்க முடிந்தது. இப்படி ஏற்கனவே பார்த்த முகங்களுக்கு நடுவே புதிதாக சில நண்பர்களைக் கண்டேன்.

அவர்கள் இணைந்து ஒரு டாட் காம் ஐயும், இலக்கியக் கூட்டங்களையும் ஒருங்கிணைத்துக் கொண்டிருந்தார்கள் என்று தெரிந்து கொண்டேன்.

ஒவ்வொருவரும் வேறு வேறு உலகத்திலிருந்து ஒன்று சேர்ந்து இருந்தார்கள்.

நேரடியாக நான் யாருடனும் கைகுலுக்கவில்லை.

எழுத்தாளர்கள், நடனக்கலைஞர்கள், இசை மேதைகள், ஓவியர்கள், நாடக நடிகர்கள், திரைக்குப் பின்னே இருக்கும் தொழில்நுட்பக் கலைஞர்கள், இசைக் கலைஞர்கள் என்று பலரோடும் எனக்குத் தொடர்பு உண்டு என்றாலும் ஒரு நிகழ்வை ஒருங்கிணைப்பவர்களோடு எனக்கு எந்த பரிச்சயமும் இல்லை.

அவர்கள் எப்படிச் சிந்திப்பார்கள், நம்மை எப்படிப் புரிந்து கொள்வார்கள் என்ற தயக்கம் எனக்கு இருந்தது.

பின்னர் ஒரு நாள் அவர்கள் எல்லாருமே சிறுகதை, கவிதை என்று ஏதேதோ செய்து கொண்டிருப்பவர்கள் தாம் எனத் தெரியவந்தது.

வேடியப்பன் சினிமா முயற்சியில் இருந்தார். டிஸ்கவரிக்கு மேலே ஒரு நாடக அரங்கமும் இருந்தது.

இப்படித்தான் மெட்ராஸ் புதிய அடையாளங்களைப் பெற்றது. பனுவல், பரிசல், அண்ணா நகரில் ஏதோ ஒன்று எனப் பட்டியல் நீண்டது.

மாற்று சினிமாவிற்கு அருண் ஒரு முயற்சியை மேற்கொண்டு வந்த நேரம். கடந்த பத்தாண்டுகளில் பலரும் இப்படி நிகழ்ச்சிகளை ஒருங்கிணைப்பவர்களாகவும் மாறிப்போய் இருந்தனர், அல்லது தேவைக்குத் தக்க மாற்றங்களை உள்வாங்கி செயல் படுத்திக் கொண்டிருந்தனர்.

நானும் கூட கணையாழியில் இணை ஆசிரியராகப் பொறுப்பேற்றேன். அப்படி அறிமுகமான வேல்கண்ணன் கணையாழியில் என்னோடு இணைந்து செயலாற்றினார்.

கவிஞர் வேல்கண்ணன் இன்று கவிதைகளுக்காகத் தன்னை முற்றிலும் ஒப்புக் கொடுத்து இருக்கிறார். கவிதை எழுதுவதைத் தன்னுடைய இயல்பாகவும் தினப்படி வாழ்வியலாகவும் கொண்டு இயங்குவது

இன்றைய உலகத்தில் அத்துணை சாதாரணம் இல்லை.

சமகாலக் கவிதை உலகில் யார் எந்த பாணியில் எப்படி கவிதை எழுதிக் கொண்டிருக்கிறார்கள் என்பது வேல் கண்ணனுக்கு அத்துப்படி.

தன்னுடைய வாழ்வின் விருப்பமான கவிதை உலகுக்கு 5 ஆண்டுகளாக நான் பெரிதும் மதிக்கும் கவிஞர் ஆத்மாநாமின் பெயரால் விருதுகளைக் கொடுத்து வருகிறார். அவருடைய இரண்டு தொகுப்புகளுமே நல்ல கவிதைகளை உள்ளடக்கியவை.

அனாரின் இந்தக் கவிதை வரிகளைப் படிக்கும் பொழுதெல்லாம் வேல்கண்ணன் என் நினைவுக்கு வருவார்.

நிலைகொள்ளாது ஆடும்
பொன் மிளிவுத் தூவல்களில்
ரயில் பட்டுப்புழுவைப்போல் நீளுகிறது.

வெள்ளைப் பேய்களும்
கரும் பூதங்களும் உலவும்
ஆகாயம், பூமிக்கிடையேயான தண்டவாளத்தில்

எனக்குள் கேட்கின்ற ரயிலில்
காலங்களின் வெளியே
பயணித்துக் கொண்டிருந்தேன்

ரயிலின் பெட்டிகள் அனைத்திலும்
பருவங்களின் பன்மைகளாய்
பல்வேறு உருவங்கள் கொண்ட
நான் அமர்ந்திருக்கிறேன்

எங்கோவோர் திசையில் வைத்து
மறைந்த சூரியன்

பெட்டியில் வந்தமர்ந்துள்ளது

உலகம் இருளிலும்
நான் மாத்திரம் பட்டப் பகலிலும்
பயணத்திலிருந்தேன்

அருகாமையில் இருந்த அனைத்தும்
தூரத்துக்கே போய்விடுகின்றன

புகைக் கோடுகளில்
பழுப்பு நிறத்தில்
பிரகாசமும் மங்கலான தடங்கள்

உள் நரம்புகளில்
ரயில் போகும் தடக்... தடக்... ஓசை
குளிரும் பனியின் வசியமாகக் கவியும் மேகப் பஞ்சு
ரயிலில் நினைவைத் தழுவுகிறது

அந்த ராட்சதப்பூரான்
இழுத்துச் செல்வது
வெறும் பெட்டிகளையா?
நிரப்பி விடப்பட்டவர்களையா?

அங்கீகாரங்களை, விருதுகளைக் கோரி நிற்கும் உலகத்தில் - இணையான சிந்தனை வழி செயல்பட்டு தமிழ் மொழிக்கு வளமை சேர்க்கும் கவிதைத் தொகுப்புகளைக் கண்டெடுத்து அங்கீகரிக்கும் வாழ்க்கை எத்தனை பேருக்குக் கிடைத்து விடுகிறது.

வேல்கண்ணன் கவிதைகளை அங்கீகரிக்கும் இடத்தில், விருதுகளைக் கொடுக்கும் இடத்தில் தன்னை வைத்துக்கொண்டிருக்கிறார்.

அறிவார்ந்த சமூகத்தின் துணையுடன் இயங்கும்

அவருடைய வாழ்வு தற்கால கவிதை உலகம் கொண்டாடத்தக்கது.

அவருடைய வாழ்க்கையை கீதா சுகுமாரனின் இந்தக் கவிதையைப் படிக்கும் பொழுதெல்லாம் நினைத்துக்கொள்வேன்.

பிடுங்கப்பட்ட கொடியில்
வாடவோ விரியவோ
தெரிவற்று
இருகும் முகை

இந்த கவிதை வரிகள் எனக்கு வேல்கண்ணன் வாழ்வை உற்றுப் பார்க்க வைக்கும். மதுரையிலிருந்து புலம்பெயர்ந்து திருவண்ணாமலைக்கு வந்து அங்கிருந்து சென்னைக்கு வந்து விடுவது என்பது கவி மனம் சாதாரணமாக எதிர்கொள்ளும் விஷயமல்ல.

வாழ்க்கை நாம் நினைப்பதுபோல் இருந்து விடுவதில்லை வாழ்க்கை நினைப்பது போல் நாம் வாழ்ந்தாக வேண்டும்.

வேல் கண்ணனின் பாடுபொருளும் கவி மனமும் அப்படித்தான் இவ்வுலகத்தை எதிர்கொள்கிறது. எல்லா விவாதங்களிலும் முடிவுகள் எட்டப் படுவதில்லை, எட்டப்படும் முடிவுகள் எல்லாம் விவாதங்களின் வழி வந்தவையும் அல்ல.

வேல் கண்ணன் என் வாழ்வில் நான் கண்டடைந்த மனிதன். மாமனிதன், அன்பு நண்பன், மதிப்பிற்குரிய கவிஞர், ஆகச் சிறந்த பண்பாளர் என்பதையெல்லாம் தாண்டி ஒரே ஒற்றை வார்த்தை

‘நான் கண்டடைந்த மனிதன்’ அன்பின் வேல் கண்ணனுக்கு பிறந்தநாள் நல்வாழ்த்துகள்.

■

செயலிகளின் காலம்

இந்தியாவில் பிறந்து கனடாவில் வசிக்கும் 'ருபி கௌர்' சர்வதேச புகழ்பெற்ற இன்ஸ்டா கவிஞர்.

இன்ஸ்டாகிராம் போன்ற செயலிகளைப் பயன்படுத்திக் கவிதை எழுதுவது உலகம் முழுவதும் கூர்மையான விமர்சனத்துக்கு உட்படுகிறது.

ராஜா சந்திரசேகரின் சமீபத்திய 'மிதக்கும் யானை' தொகுப்பு இவ்வாறான முகநூல் மற்றும் இன்ஸ்டாகிராமில் எழுதிய கவிதைகளின் தொகுப்பே.

2017 என்று நினைக்கிறேன் செயலிகளின் காலத்துக் கவிஞன் என்று ஒரு கட்டுரையை உயிர் எழுத்து இதழில் எழுதியிருந்தேன்.

அதனைத்தொடர்ந்து கரிகாலன் புதிய தொகுப்போடு வருகிறார்.

உலகு தழுவிய நண்பர்களுடன் அன்றாடம் உரையாடும் சாத்தியத்தைக் கவிஞர்களுக்கு வழங்கியிருக்கிறது நாம் வாழும்காலம். கவிஞர்கள், உலக மக்களின் வாழ்வை உடனுக்குடன் கண்டு எழுதும் காலத்தில் கரிகாலனும் எழுதிக்கொண்டிருக்கிறார். உலகின் போக்கு இலக்கியத்தில் என்னவாக இருக்கிறது. என்பது கவிஞருக்குத் தெரிந்திருப்பதால், மரபும் நவீனமும் கலந்த மொழி வளமையோடு சமகால அரசியலை, கலையை, பண்பாட்டை, வாழ்க்கையை 'செயலிகளின் காலம்' தொகுப்பில் புனைந்திருக்கிறார்.

நெல்வயல்களைப் பிளந்து ஐந்துவழிச் சாலைகள் விரைகின்றன. புறவழிச் சாலைகளில் வாக்கிங் போகிறவர்களின் ஓசோனில் படிகிறது லீக்கோ துகள். கட்சி தொடங்கும் நடிகர்களுக்குத் தேர்தல் வாக்குறுதிகளை, புதிதாகக் காதலிக்கத் தொடங்கும் பிளஸ் டூ இளைஞனுக்குக் காதல் கடிதங்களை, எழுதச் செயலிகள்(apps) அருள் செய்கின்றன. பைனரிகளால் எழுந்தருள்கிறார் நம் காலத்தின் புதிய கடவுள்.

முத்தங்களுக்கும் இப்போது டிஜிடல் சுவை. கண்ணாடியில் தெரியும் முகங்களை அழித்து அவரவர் விரும்பிய முகத்தை எழுதுகிறது ஆண்ட்ராய்டு. கடவுள், காதல், அறம், கவிஞன், செயலிகளென மயங்கிய காலமிது. முதற் பொருள், உரிப்பொருள், கருப்பொருள் அனைத்துக்கும் இப்போது புதிய நிறம். இதோ, அன்புக்குப் பதிலாக, கேளிக்கையை, புரட்சிக்குப் பதிலாகக் கலகத்தை, உண்மைக்குப் பதிலாக வதந்தியை, காதலுக்குப் பதிலாகக் காமத்தை, யதார்த்தத்துக்குப் பதிலாகப் புனைவை, நீதிக்குப் பதிலாக விடுதலையைப் பாடுகிறாரே கரிகாலன், இது செயலிகளின் காலம்!

மக்களின் பங்களிப்போடு உடனுக்குடனான வினைகளையும் உண்டு செரித்துக் கவிஞர்களின் மனநிலையில் மாற்றங்களைச் செய்யும் இணையச் செயலிகளின் பங்களிப்பு இக்காலத்தில் தவிர்க்க முடியாதது. பின்னூட்டங்களைக் கூடப் பிறிதொரு நாள் தன் கவிதைகளோடு இணைத்துக் கொள்ளும் செயலிகளின் காலத்துக் கவிஞன் கரிகாலன்.

இளமை ததும்பும் மன ஓட்டம், முதுமை கனிந்த இறுக்கமோ திருகலோ அற்ற செறிவான மொழி.

வாழ்த்துகள்.

■